கிறுக்கி

கிறுக்கி

இஹ்சான் அப்துல் குத்தூஸ் (பி. 1919–1990)

இஹ்சான் அப்துல் குத்தூஸ் 1919 ஜனவரி ஒன்றாம் நாளில் கெய்ரோவில் பிறந்தார். எழுத்தாளர், நாவலாசிரியர், பத்திரிகையாளர், வழக்கறிஞர் எனப் பல முகங்கள் இவருக்கு உண்டு.

தந்தை, முஹம்மது அப்துல் குத்தூஸ். பொறியாளர், கவிஞர், நடிகர், நாடகக் கலைஞர். தாயார்: பாத்திமா ரோஸ் அல் யூசுப். தாயாரின் பூர்வீகம் லெபனான். பத்திரிகையாளர், நாடகக் கலைஞர். இஹ்சான் அப்துல் குத்தூஸ் 1942இல் கெய்ரோ பல்கலைக்கழகத்தில் சட்டப்படிப்பை முடித்தார்.

அரசியல் தொடர்பான தனது எழுத்துக்களால் பலமுறை கைதுசெய்யப்பட்டுச் சிறையில் அடைக்கப்பட்டுள்ளார். குறிப்பாக பலஸ்தீன் போரில் பயன்படுத்தப்பட்ட மோசமான ஆயுதங்களைப் பற்றிக் கடுமையாக விமர்சித்து எழுதினார். இதனால் 1952 ஜுலை மூன்றாம் நாளில் நடைபெற்ற எகிப்துப் புரட்சிக்குப் பிறகு இரண்டுமுறை கைதுசெய்யப்பட்டு ராணுவச் சிறையில் அடைக்கப்பட்டார்.

இவர் ஏராளமான நாவல்களையும் நூற்றுக்கணக்கான சிறுகதைகளையும் எழுதியிருக்கிறார். இவருடைய நாவல்கள் திரைப்படங்களாக எடுக்கப்பட்டுள்ளன. எகிப்து அரசின் இலக்கிய விருது உள்ளிட்ட பல்வேறு விருதுகளைப் பெற்றுள்ள இவர் 1990 ஜனவரி 11இல் கெய்ரோவில் மறைந்தார்.

அ. ஜாகிர் ஹுசைன் (பி. 1971)
மொழிபெயர்ப்பாளர்

அ. ஜாகிர் ஹுசைன் சென்னைப் பல்கலைக்கழகத்தில் அரபுத்துறைப் பேராசிரியராகவும் அரபுமொழிப் பாடத்திட்டக்குழுத் தலைவராகவும் பணியாற்றுகிறார்.

தமிழக அரசின் சார்பில் திருக்குறளையும் அவ்வையாரின் ஆத்திசூடியையும் அரபியில் மொழியாக்கம் செய்துள்ளார். கவிதையை நம்பாதே, நிசார் கப்பானி கவிதைகள் உள்ளிட்ட இருபதுக்கும் மேற்பட்ட நூல்களையும் 35க்கும் மேற்பட்ட ஆய்வுக் கட்டுரைகளையும் எழுதியுள்ளார்.

இவரது மேற்பார்வையில் 45 மாணவர்கள் இளநிலை ஆய்வு 'எம்.ஃபில்.' பட்டமும் எட்டு மாணவர்கள் முதுநிலை ஆய்வு 'முனைவர்' பட்டமும் பெற்றுள்ளனர்.

இந்தியாவில் முதல்முறையாக அரபு நாடக விழாவையும் சூஃபி இசை விழாவையும் நடத்தியுள்ளார். தமிழக அரசின் 2016க்கான சிறந்த மொழிபெயர்ப்பாளர் விருது, சென்னை கம்பன் கழகத்தின் 'சீறாப்புராணம் பரிசில் விருது' உள்ளிட்ட பல்வேறு விருதுகளையும் பெற்றுள்ளார்.

மின்னஞ்சல்: drjahir2008@gmail.com

தொலைபேசி: 9444427086

இஹ்சான் அப்துல் குத்தூஸ்

கிறுக்கி

அரபியிலிருந்து தமிழில்
அ. ஜாகிர் ஹுசைன்

காலச்சுவடு பதிப்பகம்

● **அன்பார்ந்த வாசகருக்கு,**

வணக்கம்.

காலச்சுவடு நூலை வாங்கியமைக்கு நன்றி.

நூலின் உள்ளடக்கம், உருவாக்கம், அட்டைப்படம் இன்ன பிற அம்சங்கள் பற்றிய உங்கள் கருத்துகளையும் ஆலோசனைகளையும் காலச்சுவடு வரவேற்கிறது. தகவல், எழுத்து, வாக்கியப் பிழைகள் தென்பட்டால் கட்டாயம் தெரிவித்து உதவுங்கள். நூல் தயாரிப்பில் கடும் குறைபாடு இருப்பின் மாற்றுப் பிரதி உங்களுக்குக் கிடைக்கக் காலச்சுவடு ஏற்பாடு செய்யும்.

மின்னஞ்சல்: publisher@kalachuvadu.com

காலச்சுவடு நாகர்கோவில் தலைமையகத்துக்கும் கடிதம் அனுப்பலாம்.

தங்கள்
எஸ்.ஆர். சுந்தரம் (கண்ணன்)
பதிப்பாளர் – நிர்வாக இயக்குநர்

Copyright © Al Dar Al Masriah Al Lubnaniah, Ihsan Abdel Kodous, 2015

கிறுக்கி ◆ சிறுகதைகள் ◆ ஆசிரியர்: இஹ்சான் அப்துல் குத்தூஸ் ◆ அரபியிலிருந்து தமிழில்: அ. ஜாகிர் ஹுசைன் ◆ முதல் பதிப்பு: டிசம்பர் 2021, இரண்டாம் (குறும்) பதிப்பு: ஏப்ரல் 2022 ◆ வெளியீடு: காலச்சுவடு பப்ளிகேஷன்ஸ் (பி) லிட்., 669, கே.பி. சாலை, நாகர்கோவில் 629001

kiRukki ◆ Short Stories ◆ Author: Ihsan Abdel Kodous ◆ Translated from Arabic by: A. Jahir Husain ◆ Language: Tamil ◆ First Edition: December 2021, Second (Short) Edition: April 2022 ◆ Size: Royal ◆ Paper: 18.6 kg maplitho ◆ Pages:144

Published by Kalachuvadu Publications Pvt.Ltd., 669, K.P. Road, Nagercoil 629001, India ◆ Phone: 91-4652-278525 ◆ e-mail: publications@kalachuvadu.com ◆ Printed at Clicto Print, Jaleel Towers, 42 KB Dasan Road, Teynampet Chennai 600018

ISBN: 978-93-91093-42-6

04/2022/S.No. 1020, kcp 3577 18.6 (2) uss

தமிழையும் அரபையும் எனக்குக் கற்பித்த
ஆசிரியர்களுக்கு...

பொருளடக்கம்

	அணிந்துரை: அரபியிலிருந்து கேட்கும் வளமான உரையாடல்	11
	முன்னுரை: பெட்ரோலில் செய்யப்பட்ட சாவி	17
1.	என் வயதுகள்	23
2.	ரொட்டிப்பொடிக் கடை	26
3.	வானுலகில் ஒரு மனிதன்	31
4.	திருமணம்	38
5.	நான் எனும் பலர்	41
6.	தற்செயல்	46
7.	பதின் பருவம்	49
8.	சொர்க்கவாசிகள்	55
9.	டேய்... என்னைக் கல்யாணம் பண்ணிக்கோ!	58
10.	போரில் கலந்துகொள்ளாத அமெரிக்கர்	69
11.	எதுவும் எனக்குச் சொந்தமில்லை	72
12.	மகிழ்ச்சி	78
13.	ஐவரில் ஒருவன்	81
14.	அம்மா	88
15.	வேலை	90
16.	மணமகளின் அம்மா	95
17.	சவ ஒப்பந்தக்காரன்	99
18.	இரண்டாவது மனைவி	106

19.	காதலியின் கனவு	113
20.	பிச்சைக்காரர்களின் போராட்டம்	116
21.	திருமண வேலை	120
22.	கிறுக்கி	128
23.	மனைவியும் மகளும்	133
24.	மதம்	136
25.	நினைவுகளின் வீடு	138
26.	நம்பிக்கை	142

அணிந்துரை

அரபியிலிருந்து கேட்கும் வளமான உரையாடல்

அ. ஜாகிர் ஹுசைனின் அரபுக்கதைகளின் மொழியாக்கம் 'கிறுக்கி' வாயிலாகத் தமிழுக்கு 26 சிறுகதைகள் கிடைத்துள்ளன. புதுவரவாக வந்துள்ள இக்கதைகள், நமக்கு அதிகம் பரிச்சயமான அய்ரோப்பிய, ஆங்கில, அமெரிக்க இலக்கிய உலகிலிருந்து மாறுபட்டதும் புதியதுமான வாழ்க்கைப் போக்குகளை அறிமுகம் செய்கின்றன. அத்துடன், அவ்வாழ்வியல் அம்சங்களுக்குச் சாட்சியமாக இருந்து, அவற்றைப் பரிசீலித்து, சமூகத்துட னான மதத்துடனான சொல்லாடல்களை முன்வைக்கும் இக்கதைகளின் ஆசிரியர் இஹ்சான் அப்துல் குத்தூஸின் நோக்குநிலையினையும் அறியச்செய்கிறது. அவற்றுடன் தமிழ்வாசகர் உரையாடும்போது குடும்பம், சமூகம், மதம் என்னும் அமைப்புகளின் கெட்டிதட்டிய வடிவங்கள் செய்துவரும் கொடிய முகங்களைக் கண்டு திடுக்கிடுவார்; பீதிகொள்வார். அரேபிய, இஸ்லாமிய நாடுகளின் மக்கள், பண்பாடுகள் மீதான தனது எதிர்மறைப் பார்வையை மாற்றிக்கொள்வார்.

'ரொட்டிப் பொடிக்கடை' கதை ஒரு பாலஸ்தீன அகதியின் முகாம் வாழ்க்கைப் பாடுகளைக் கூறுகிறது. தாய், சகோதர – சகோதரிகளுடன் வாழும் அவனுக்குக் கிடைக்கும் முகாம் உதவிகளைக்கொண்டு, ஒருவாறு பிழைத்துக்கொள்கிறான். தனக்கு ஆசிரியர் பணி கிடைத்ததும் சிரமங்கள் போய்விடும் என ஆசுவாசமடைய முற்படுவனுக்கு, ஆசிரிய ஊதியம் வருவதால் முகாம் உதவிகள் நிறுத்தப்படுவது அதிர்ச்சியாகிறது. மணமுடித்துத் தனக்குக் குடும்பமானால் ஊதியத்தைக் கொண்டு அவன் குடும்பமும் முகாம் உதவிகளைக் கொண்டு தாய், சகோதர – சகோதரியரின் குடும்பமும் வாழமுடியும். அப்போது

பேருக்கு ஒருத்தியை அவன் மணமுடித்து வாழ்ந்துவர, அம்மனைவியோ மூன்று மாதங்களில் இறந்துவிட, மீண்டும் நெருக்கடிக்கு உள்ளாகிறான்.

காதலுக்குப்பின் குடும்பம் என்னும் அமைப்புக்குள் நுழைந்துவிட்டால், சுமக்க வேண்டிய பாரத்தையும் பொறுப்பையும் எண்ணிப் பயங்கொள்ளும் ஒரு காதலன், காதலர்கள் என்ற நிலையிலேயே பிரிந்துவிடலாம் என்று தீர்மானித்துக் காதலிக்குக் கடிதம் எழுதுகிறான். காதலியோ அவனது பயங்களைப் போக்கி மணமுடிக்கச் சம்மதிக்குமாறு பதில் எழுதுகிறாள். அவன் அப்படியே செய்கிறான். இது "டேய்... என்னைக் கல்யாணம் பண்ணிக்கோ" கதையில்.

காதலித்துக் கல்யாணம் செய்து நிம்மதியாக வாழும் தம்பதியரின் வாழ்வில் வரும் ஒரு குறுக்கீடு, அவர்தம் வாழ்வைக் சீர்குலைத்து விடுவதைப் பேசுகிறது 'மகிழ்ச்சி'. கணவனின் சிநேகிதன் ஒருவன், அவன் மனைவியைச் சந்தேகிக்கும்படியான விஷயத்தை ஆதாரங்களுடன் முன்வைக்கிறான். அதுவரை சற்றும் சந்தேகிக்காமல் மனைவியுடன் ஆனந்தமாக வாழ்ந்துவந்த கணவன், தன் மனைவியைச் சுட்டுவிட்டுத் தானும் தற்கொலை செய்துகொள்ளத் துப்பாக்கியை எடுக்கிறான். ஓர் அவசரத்தில் அந்நண்பனைச் சுட்டுவிட, ஏழு ஆண்டுகள் சிறைத்தண்டனை மட்டும் பெறுகிறான், உண்மையான குற்றவாளி அந்நண்பன்தான் என்பதால்.

மனைவியின் நடத்தைபற்றிக் கணவனுக்குச் சந்தேகமில்லை. குடும்பவாழ்வு குறைவுபடாமல் குலைந்துவிடாமல் மனைவி பார்த்துக் கொள்கிறாள். இதில் தேவையின்றி நுழைந்து சந்தேகத்தினை நண்பன் எழுப்பவே, பிரச்சினை. அவள் சந்தேகத்திற்குரியவளா, அது உண்மையா என்பதே பிரச்சினைக்குள்ளாகாதபோது, இன்னொருவருக்கு அங்கு என்ன வேலை?

பக்கவாதத்தால் உடலியக்கம் சீர்குலைந்து, சதா சக்கர நாற்காலியில் வாழ்பவராக இருந்துவருகிறார் ஒருவர் பத்தாண்டுகளாக. அவரின் தேவைகளைச் சரியாகப் பூர்த்திசெய்யும் மனைவி, மாலைவேளைகளில் வீட்டிலிருந்து வெளியே போய்வருவதைப் பழக்கமாக்கிக்கொள்கிறாள். வயதுக்கு வந்த மகளும் இதனைப் பழக்கமாக்கிக்கொள்கிறாள்; இன்னும் ஒருபடி மேலேபோய்த் தன் வீட்டுக்கே காதலனை/துணையை வரவழைத்து அவள் சுகித்துக்கொண்டிருக்கிறாள். இதைக் கண்டு புழுங்கும் அவர், ஆத்திரமடைந்து ஆவேசம்கொள்ள, எழுந்து நிலைகுலைந்து சாய்ந்து இறந்துபோகிறார். 'பிதுங்கிய அவருடைய கண்கள் அவளுடைய முகத்தைத் தின்கின்றன.' இது 'மனைவியும் மகளும்' சிறுகதை.

மதம்மாறி அல்லது மதம்தாண்டி மணமுடித்துக்கொள்ள நினைத்தால் எவ்வளவு சிக்கல்கள் எழும் என்பதை 'மதம்' சிறுகதை விவாதிக்கிறது. இறுதியில் கதையில் வரும் ஆண் இப்படி முடிவெடுக்கிறான். "மதம் என்பது ஒரு நம்பிக்கை. அந்த நம்பிக்கை உன் இதயத்திலும் இருக்கிறது. என் இதயத்திலும் இருக்கிறது. மதகுருமார்களிடம்தான் அது இல்லை. நமக்கும் இறைவனுக்கும் இடையிலுள்ள உறவு உறுதியாக இருக்கட்டும். நமக்கும் மதகுருமார்களுக்கும் இடையிலுள்ள உறவு அறுந்துபோகட்டும்."

‘நினைவுகளின் வீடு’ கதை ‘மகிழ்ச்சி’யின் இன்னொரு முகமாகச் சொல்லப்படுகிறது. சற்று நுட்பமானது. மனைவியை இழந்த கணவன் ஒரு புறம். கணவனை இழந்த மனைவி இன்னொரு புறம். இருவரும் தத்தமது இணையருடன் வாழ்ந்து நிறைவான நினைவில் நிம்மதியாக வாழ்கின்றனர். இளம்பெண் கணவனின்றி வாழலாகாது, வெற்றிபெற்ற ஒருவன் மனைவியின்றி வாழலாகாது என்று எண்ணும் சமூகம், அவர்களை மணம் முடித்துக்கொள்ளவைக்கிறது. ஆனால் புதிய தாம்பத்தியத்தில் நுழையும் அவர்கள் தம் பழைய இணையருடனான வாழ்வின் நினைவுகளே போதுமானவை என்று தீர்மானித்துப் பிரிந்துவிடுகின்றனர் – சமூகத்தைப் பொருட்படுத்தாது.

❍❍❍

இரண்டு கதைகள் விசித்திரமான எண்ணங்களுள்ள ஆளுமைகளை முன்வைக்கின்றன. ‘என் வயதுகள்’ கதையில் வரும் நபரிடம், ஒரே சமயத்தில் பலர் இயங்குவதான எண்ணம். அதுவும் எல்லா வயதினரும். 15 வயது சிறுவனும் 25 வயது வாலிபனும் 35 வயது நபரும் 60 வயது முதியவரும். அவர்களுக்குள்ளே போட்டி, பொறாமை, பூசல், சச்சரவு. இதில் எதைக் கேட்பது, எதை நிறைவேற்றுவது என்ற சிக்கல்.

இதன் இன்னொரு பகுதியாகக் கருதத்தக்கது ‘நான் எனும் பலர்’. நான் யார் என்னும் ரமணரின் ஆன்மிக விசாரணை போல் தொடங்கி, தனி நபர் யார், சமூகம் எது என்று வரையறை செய்யத் தேவைப்படுகிறது. ஒரே வேளையில் ஒருவனுக்குள்ளே, ஒருவன் தேநீர் விடுதிக்குச் செல்லவும் இன்னொருவன் பத்திரிகை படிக்கவும் வேறொருவன் தையல்காரரிடம் சட்டை வாங்கவும் விரும்புகின்றனர். இதற்கிடையில் மற்றொருவன் சட்டென்று தொழ வேண்டும் என்கிறான். தொழுகிறான். அப்போது மத்பூலி என்ற வணிகன் பவ்வியமாகத் தொழுது குர்ஆன் ஓதுவதைக் கண்டு திடுக்கிடுகிறான். ஏனெனில் அவனொரு அயோக்கியன், திருடன், காட்டுமிராண்டி.

ஏன் கூடாது? பள்ளிவாசலில் தொழுகிறான், வியாபாரத்தில் திருடுகிறான், வீட்டில் மனைவியை வதைக்கும் காட்டுமிராண்டியாக இருக்கிறான்.

எல்லாமே ஒட்டுமொத்தச் சமூகத்தின் பிரச்சினைகள்தான்... எனக்குள் வாழும் சமூகத்திற்குத்தான் ‘நான்’ என்று பேரிடப்பட்டிருக் கிறது. அந்தச் சமூகம் என்னைச் சுற்றியிருக்கும் பெரிய சமூகத்துடன் இணைந்திருக்கிறது.”

மிகையதார்த்தமாக வேடிக்கையாக ஆரம்பித்து, தனிநபரின் சிக்கல்களின் வேர்கள் / தோற்றுவாய்கள், சமூகத்தில் படிந்திருப்பதைச் சுட்டிக்காட்டுகிறார் குத்தூஸ்.

அம்மா–மகள் உறவுநிலை சார்ந்து சொல்லப்படும் பந்தமும் பிணைப்பும், நாமறிந்துள்ளதைவிடவும் அதிகமானதாக / ஆழமானதாக உள்ளது. அதிலும் ‘அம்மா’ கதையில் வருவது சற்றுமிகையாகவும்

அல்லது மிகையதார்த்தமாயும் தென்படுகிறது. கணவனின்றி வாழும் மனைவி தன் மகளுக்காகவே தன் வாழ்வை ஈடுபடுத்திக்கொள்கிறாள். 'தன் மகளுக்குள் வாழ ஆரம்பித்தாள்.' காதலனை நினைத்து மகள் அடையும் மகிழ்ச்சி, பரவசம், வலி, வேதனை, ஏக்கங்களைத் தானும் அடைகிறாள். ஒரு கட்டத்தில் அக்காதலன் அவளது மகளை ஏற்க மறுத்துவிடுகிறான். அவனைச் சமாதானம் செய்திடச் செல்லும் அம்மா, தன் மகளைப் போலவே பேசிப்பார்க்கிறாள், அவனை நெருங்க முற்படுகிறாள், ஏங்குகிறாள்; எதுவும் பலிக்காது போகவே, வீடுதிரும்பி வருந்துகிறாள்.

○○○

விண்ணுலகில் நடக்கும் நீதிவிசாரணை சார்ந்து இரு புனைவுகள் உள்ளன. மனிதனைச் சொர்க்கத்திற்கு அனுப்புவதா அல்லது நரகத்திற்கு அனுப்புவதா என வாதிடுகின்றன.

ஒருவன் இறந்ததுகூட மற்றவர்களுக்குத் தெரியாமல், அவன் வீட்டிலிருந்து வரும் நாற்றத்தை வைத்து, பிரேதத்தை ஊரின் ஒரு மூலையில் அடக்கம் செய்கின்றனர். அவன் மிகமிகச் சாதாரண வாழ்வு வாழ்ந்த அப்துல் முத்தஜல்லி. முத்தஜல்லியைச் சொர்க்கம் / நரகம் இரண்டில் எங்கே அனுப்புவது என்று விண்ணுலகில் விசாரணை நிகழ்கிறது. இவன் இறைவனை நம்பவும் இல்லை; மறுக்கவும் இல்லை; புண்ணியமும் செய்யவில்லை; பாவமும் செய்யவில்லை தன் பாடுகளை இறைவனிடம் முறையிடவும் செய்யவில்லை. 'இறைவனுக்குச் சக்தியில்லை எனச் சவால்விடும் வகையில் இவர் நடந்துகொண்டிருக்கிறார் . . . இறைவன் வழங்கிய எல்லா வாய்ப்புகளையும் வீணாக்கி இருக்கிறார். நரகம்தான் தரப்பட வேண்டும்' என்கிறது ஒரு குரல். தலைமை நீதிபதியான இறைவன் 'உனக்குத் தேவையானதைக் கேள்' என்று வினவ, ஒவ்வொரு காலையிலும் இரண்டு ரொட்டி கிடைத்தால்போதும் என்கிறார் அச்சாதாரணர். இறைவனிடம்கூட பெரிதாக / அதிகமாகக் கேட்க இயலாத சாதாரணர் அவர். அவருக்குச் சொர்க்கம் கிடைக்கிறது.

'சொர்க்கவாசிகள்' கதையில் இன்னொருவர் விசாரிக்கப்படுகிறார் – சொர்க்கம் / நரகம் இரண்டில் எங்கே அனுப்பப்படுவது என.

மது அருந்தியிருக்கிறாய், பெண்களுடன் தொடர்புகொண்டிருக்கிறாய், தொழுகை நடத்தவில்லை எனக் குற்றஞ்சாட்டப்படுகிறது. அவற்றை ஒத்துக்கொண்டு, ஆனால் யாருக்கும் தீங்கிழைக்கவில்லை என்கிறார். தனிமனிதப் பலவீனங்கள் இருந்தன, யாருக்கும் தீங்கிழைத்துச் சமூக வாழ்வைக் கெடுக்கவில்லை என்ற பொருளில் சொர்க்கம் கிட்டுகிறது. சொர்க்கத்தில் இருப்பவர்கள் யூதரோ கிறித்தவரோ இஸ்லாமியரோ அன்றி, மதங்கள் தோன்றுவதற்கு முந்தையவர்களாக உள்ளனர்.

○○○

'காதலியின் கனவு' என்பது அற்புதமான புனைவு. விளையாட்டாகத் துப்பாக்கியைக் கையில் வைத்துக்கொண்டிருக்கும் காதலன் தற்செயலாகத்

துப்பாக்கி வெடிக்க இறந்துவிடுகிறான். காதலனைக் கொன்ற விதி இறைவன்மீது காதலிக்குக் கோபம். அவளுக்கு வரும் கனவில், இறைவனைத் தேடிச்செல்கிறாள். பத்து துப்பாக்கிகள் பின்தொடர்கின்றன, சுடுகின்றன, போராடிச் சென்று இறைவனைச் சந்தித்து மன்றாடுகிறாள். இறைவனது ஆடையிலிருந்து காதலன் வெளிப்படுகிறான். காதலன் விண்ணகத்தில் சந்தோஷமாக இருப்பது கண்டு அவளுக்கு ஆறுதல் கிட்டுகிறது. "இறைவன் அவனை நேசிப்பதால்தான் அவனை அழைத்துக்கொண்டான்" என்று தோன்றுகிறது.

இப்போது, தந்தையின் துப்பாக்கியை எடுத்து விளையாடிக் கொண்டிருக்கிறாள் காதலி. "இறைவன் என்னையும் நேசிக்கலாம்... தன்னிடம் அழைத்துக்கொள்ளலாம்."

நேசமிக்க இறைவன், நேசமிக்க காதலன் ஆகியோரிடம் சென்று சேருவது ஆனந்தமானது...

000

பெண்நிலையிலிருந்து இரு கதைகள் சொல்லப்படுகின்றன. ஒன்றில் அவள் பழிவாங்கி ஆணை வீழ்த்தினால், இன்னொன்றில் இறைவன் ஆணா என்று வினவுகிறாள் – அதிகபட்சமாக தன் ஆத்திரத்தைக் கொட்டும் விதமாக.

தன்னைவிட இருபது வயது இளமையான யுவதியை மணந்துவாழும் கணவனுக்கு, தன் இயலாமை / போதாமை தரும் குற்றவுணர்வு, மனைவிமீது நியாயமற்ற சந்தேகத்தை எழுப்பிவிடுகிறது. தனது ஐந்து நண்பர்களில் ஒருவன்மீதுதான் அவளது நாட்டம் என்றுகூற, மனம் நொந்து வருந்தும் தான் எப்படி எதிர்வினையாற்றுவது என்று குழம்புகிறாள். அந்த ஐவருள் மிகவும் வசீகரமான இப்ராஹீமிடம் அவளே சென்று சேர்ந்துவிடுகிறாள். அப்போதும் தனது யூகம் சரியாகிவிட்டதில் தன்னை மெச்சிக்கொள்கிறான் கணவன்.

'கிறுக்கி' கதை பெட்ரோலியத்தால் வளமாகிவிடும் வளைகுடா நாடுகள், ஆணிடம் மட்டுமே அதன் மகிழ்ச்சியைக் கொண்டுவருகின்றன. பெண்களால் இறுக்கமான மரபிலிருந்து இன்னும் விடுபட முடியவில்லை. இரண்டாண்டுகள் வெளிநாடுகளில் படித்துத் திரும்பும் காதலன், மனைவியுடன் திரும்புவதைப் பார்க்கும் காதலி, ஏமாற்றமடைந்து விரக்திக்குள்ளாகிறாள். அவளை வயதான ஒருவருக்கு மணமுடித்து வைக்கின்றனர் பெற்றோர். இப்போது அவளது சினம் சீறுகிறது, அலறியடித்து ஆவேசமுறுகிறாள், பைத்தியமானதாகப் பாவனை செய்கிறாள். இறைவன் ஆணா என்ற கேள்வி அவள் மனத்தில் எழுகிறது.

தொகுத்துரைக்கையில் குடும்பம் என்ற நிறுவனத்திலுள்ள பொய்மை, போலித்தனம், துரோகம், ஏமாற்றம் அம்பலப்படுத்தப்படுகின்றன. திருமண பந்தமே ஒரு வேலையாக மாறிவிடுகிறது.

பெண் சதா கண்காணிக்கப்பட்டுக்கொண்டே இருக்கிறாள். முதலில் தந்தையால், சகோதரரால்; அப்புறம் கணவனால்; இறுதியில் இறைவனால்

தீர்ப்பிடப்படுகிறாள்; நியாயம் கிட்டாமல், நீதிபெறாமல் போகையில், இறைவனும் ஆணாக இருக்கின்றானோ என்று அவள் வினவுகிறாள்.

ஒழுங்கை நிறுவ முற்படும் சமூகம், தனிநபரின் வாழ்வில் குறுக்கிட்டு, பிரச்சினைகளை ஏற்படுத்தி அவனது தார்மிக நியதியைக் குலைக்கின்றன.

தனிநபர், சமூகம், அரசு அனைத்துக்கும் நல்வழிகாட்டும் பொறுப்புள்ள மதம், அப்பாவிகளைப் பழித்து எதிர்மறையாக நடந்து தீர்ப்பிடுகிறது.

குத்தூஸ் ஆசாரவாதத்தை விமர்சிக்கும்போது, அடிப்படைவாதத்தைக் கேள்விக்குள்ளாக்கும்போது நேரடியாகப் புண்படுத்தாதபடிப் பக்குவமாக உரையாடுகிறார். மறுபக்கத்தை, வேறுபட்ட கருத்தை நிதானமாக முன்வைக்கிறார். சமூகப்பொறுப்புள்ள கலைஞனாக உரையாடுகிறார்.

எகிப்தின் நஜீப் மஹ்ஃபூழ் என்ற நோபல் பரிசுபெற்ற எழுத்தாளர், ‘அரேபிய இரவுகளும் பகல்களும்’ (தமிழில்: சா. தேவதாஸ் / எதிர் வெளியீடு) மூலம் தமிழுக்கு அறிமுகமாகியுள்ளார். நவால் அல் சஅதாவி என்பவர் ‘சூனியப்புள்ளியில் பெண்’ (தமிழில்: லதா ராமகிருஷ்ணன் / உன்னதம் வெளியீடு) மூலம் அறிமுகமாகியுள்ளார். இப்போது இஹ்சான் அப்துல் குத்தூஸ், ஜாகிர் ஹுசைன் வாயிலாக அறிமுகமாகின்றார். கற்றுத் தேர்வதற்குச் சிரமமான மொழியாக இருப்பதால், அதில் தேர்ச்சிபெற்று எழுதுவது சவாலாக இருப்பதால், தாய்மொழி அரபியில் எழுதாமல் பிரெஞ்சில் எழுதுகிறேன் என்பார் ‘நிழலற்ற பெருவெளி’யின் ஆசிரியர் தாஹர் பின் ஜிலோவ்ன். அரபியிலேயே எழுதமுடிந்தவர்கள் வித்தகர்கள்தான். அப்படியான ஓர் ஆளுமையின் கதைகளைத் தெரிவுசெய்து, தமிழில் தந்திருக்கும் ஜாகிர் ஹுசைனின் உழைப்பு பாராட்டும்படி உள்ளது. தமிழ் சிறுகதைக் களஞ்சியத்தில் மேலும் கொண்டுவந்து சேர்த்துள்ள ஹுசைனுக்கு வாழ்த்துகள். கவனிக்கப்பட வேண்டிய ஓர் எகிப்திய ஆளுமை இப்போது நம்மிடையே.

09.05.2021 **சா. தேவதாஸ்**

முன்னுரை

பெட்ரோலில் செய்யப்பட்ட சாவி

அரபு இலக்கியத்தில் கவிதைக்கும் கதைக்கும் மிக முக்கிய இடம் உண்டு. இவ்விரு இலக்கிய வகைகளும் அரபு இலக்கிய வரலாற்றின் தொடக்கத்திலிருந்தே ஆதிக்கம் செலுத்திவந்திருக்கின்றன. கதையைப் பொறுத்தவரை தொடக்க நிலையில் வரலாற்றுக் கதைகள், போர்க் கதைகள், ஞானக் கதைகள், கற்பனைக் கதைகள், நீதிக் கதைகள் போன்ற பலவகைக் கதைகள் வாய்மொழியாக மக்களைச் சென்றடைந்தன. பின்னர் எழுத்து வடிவம்பெற்ற இவ்வகைக் கதைகளில் வரலாற்றுக் கதைகள், ஞானக் கதைகள், நீதிக் கதைகள் இஸ்லாமியச் சமய நூல்களிலும் இடம்பெற்றிருப்பது குறிப்பிடத்தக்கது.

கதையும் கதைசொல்லல் மரபும் ஒவ்வொரு காலக் கட்டத்திலும் பல வடிவங்களாக மாறியுள்ளன. அந்தவகையில் அப்பாஸிய காலத்தின் 'ஆயிரத்தொரு இரவுகள்' கதைகள் அரபு இலக்கியத்தில் மட்டுமின்றி ஒட்டுமொத்த உலக இலக்கியங்களிலும் பெரும் தாக்கத்தை ஏற்படுத்தின. 13ஆம் நூற்றாண்டைச் சேர்ந்த 'ஆயிரத்தொரு இரவுகள்' கதைகள் பல நூற்றாண்டுகளுக்குப் பிறகுதான் பிறமொழிகளுக்குக் கொண்டுசெல்லப்பட்டன. 18ஆம் நூற்றாண்டின் தொடக்கத்தில் பிரெஞ்சிலும் 19ஆம் நூற்றாண்டில் ஆங்கிலத்திலும் மொழியாக்கம் செய்யப்பட்டன. ஏறக்குறைய உலகின் எல்லா மொழிகளிலும் இக்கதைகள் வெளிவந்துள்ளன.

உலகிலுள்ள முக்கியமான நூல்களை அரபியிலும் அரபு நூல்களைப் பிற மொழிகளிலும் மொழியாக்கம் செய்வதில் அப்பாஸிய ஆட்சியில் நிறுவப்பட்ட 'பைத்துல் ஹிக்மா – அறிவாலயம்' என்ற அமைப்பின் பணி முக்கியத்துவம் பெறுகிறது. பஞ்சதந்திரக் கதைகள் இப்னுல் முகஃப்பாவினால் (724–759) 'கலீலா வ திம்னா' என்ற பெயரில் 8ஆம் நூற்றாண்டிலேயே அரபியில் மொழியாக்கம்

செய்யப்பட்டிருப்பது கவனிக்கத்தக்கது. இவர் பாரசீகத்திலிருந்து அரபியில் மொழிபெயர்த்தார் என்று சொல்லப்படுகிறது.

கதை என்பதற்கு அரபியில் 'கிஸ்ஸா', 'ஹிகாயா' என்று வழங்கப்படும். 'புனைவு' என்பதற்கு 'ரிவாயத்' என்ற சொல்லும் சிறுகதையைக் குறிக்க 'உக்ஸுஸா', 'கிஸ்ஸா கஸீரா', ஆகிய சொற்களும் பயன்படுத்தப்படு கின்றன. தற்போது 'கிஸ்ஸா கஸீரா' என்ற சொல்லே அதிகமாக வழக்கில் இருக்கிறது. 'கஸீரா' என்றால் 'சிறிய' என்று பொருள்.

தொடக்கத்தில் வழக்குமொழியில் அமைந்த கதைகள் அப்பாஸிய காலத்தில் அடுத்த கட்டத்திற்கு நகர்ந்தன. 'மக்காமாத்' என்ற புதிய கதை வடிவம் உருவானது. 'மக்காமாத்' என்றால் 'சபை' என்று பொருள். கதையாசிரியர் கதாநாயகனையும் துணைக்கதாபாத்திரங்களையும் உருவாக்கி ஒரு 'ராவி–கதைசொல்பவர்' மூலமாகக் கதை சொல்லும் வடிவம்தான் மக்காமாத். மொழி வளத்துடன் நடை அழகு, ஆங்காங்கே கவிதை வரிகள் எனத் தனிச்சிறப்புமிக்கதாக இவ்வகைக் கதைகள் அமைந்திருந்தன. மக்காமாத் இலக்கியத்திற்கு அல்–ஹமதானி, அல்–ஹரீரி போன்றவர்களின் பங்களிப்பு மிகவும் முக்கியமானது. இத்தகைய கதை மரபே நீண்டகாலம் இருந்துவந்திருக்கிறது.

1798இல் நெப்போலியன் போனபார்டின் எகிப்தியப் படையெடுப்புக்குப் பிறகு எகிப்தில் பல்வேறு மாற்றங்கள் நிகழ்ந்தன; அச்சகங்கள் அறிமுகப்படுத்தப்பட்டன. முஹம்மத் அலி பாஷா பதவியேற்றதற்குப் பிறகு 1828இல் *அல் வகாயிஉல் மிஸ்ரிய்யா* (1828) என்னும் முதல் அரபு நாளிதழ் தொடங்கப்பட்டது. அதைத் தொடர்ந்து பல இதழ்கள் ஆரம்பிக்கப் பட்டன. *வாதின் நீல், நுஸ்கத்துல் அஃப்கார், ரவ்ளத்துல் மதாரிஸில் மிஸ்ரிய்யா, அல்–அஹ்ராம், அல்–வதன், 'அல்–முஅய்யித்', அல்–லிவாஃ, அல்–ஹிலால்* ஆகியவை 19ஆம் நூற்றாண்டின் முக்கியமான பத்திரிகைகள். அரபு சிறுகதை வளர்ச்சிக்கு இவை பெரிதும் உதவின.

கல்வித்துறையிலும் முஹம்மது அலி பல சீர்த்திருத்த நடவடிக்கை களை மேற்கொண்டார். ஐரோப்பிய அறிஞர்களை எகிப்து பல்கலைக்கழகங் களில் நியமித்தார். மேற்படிப்புக்காக மாணவக் குழுக்களை ஐரோப்பிய நாடுகளுக்குக் குறிப்பாக பிரான்ஸிற்கு அனுப்பினார். 44 மாணவர்கள் கொண்ட முதல் குழு 1826இல் பிரான்ஸிற்குச் சென்றது. இக்குழுவில் இடம்பெற்றவர்களில் முக்கியமானவர் ரிஃபாஆ அத்தஹ்தாவி (1801–1873). அரபு, எகிப்திய இலக்கியத்தின் முக்கியமான ஆளுமையாக இவர் அறியப்படுகிறார்.

அரபு எழுத்தாளர்களுக்கு மேற்கத்திய இலக்கியங்களுடன் நேரடி அறிமுகம் கிடைத்ததற்குப் பிறகு அவர்கள் பல ஐரோப்பிய ஆங்கில இலக்கியங்களை அரபியில் மொழியாக்கம் செய்தார்கள். இத்தகைய மொழிபெயர்ப்புப் பணியில் எகிப்து, லெபனான் எழுத்தாளர்களுக்கு முக்கியப் பங்குண்டு. மாக்ஸ் முல்லர், கார்னெய்ல் சேக்ஷ்பியர், ஹோமர் உள்ளிட்ட உலகப் புகழ்பெற்ற அறிஞர்களின் கதைகள் அரபியில் மொழியாக்கம் செய்யப்பட்டன. முஹம்மது உஸ்மான் ஜலால் (1828–1898),

நஜீப் ஹத்தாத் (1867–1899), சுலைமான் அல்புஸ்தானி (1856–1925) முஸ்தஃபா லுத்ஃபீ அல்–மன்ஃபுலூத்தி (1876–1924), யஅகூப் யரூஃப் (1852–1927), அஹ்மத் ஹசன் அல்–ஸய்யாத் (1885–1968), முஹம்மது அல்–ஸபாயீ (1881–1931), முஹம்மது ஹுசைன் ஹைகல் (1888–1973) தாஹா ஹுசைன் (1889–1973), தவ்ஃபீக்குல் ஹகீம் (1898–1987) உள்ளிட்ட முக்கியமான எழுத்தாளர்கள் ஏராளமான கதைகளை அரபியில் மொழியாக்கம் செய்திருக்கிறார்கள்.

தொன்மையான அரேபியக் கதைசொல்லல் மரபு, ஐரோப்பிய இலக்கியங்களின் தாக்கம், புதிய அரபுலகச் சூழல் இவற்றின் தன்மை களைப் பெற்று அரேபியச் சமூகத்தின் வாழ்க்கை முறையைப் பேசக்கூடிய தாகச் சமகால அரபுச் சிறுகதை இலக்கியம் வளர்ச்சிபெற்றுள்ளது. ஜுர்ஜி ஸைதான் (1861–1914), கலீல் ஜிப்ரான் (1883–1931), மீகாயீல் நுஅய்மா (1889–1988), மஹ்மூத் தைமூர் (1894–1973), நஜீப் மஹ்ஃபூழ் (1911–2006), மஹ்மூத் அல்–பதவீ (1908–1986), யூசுஃப் இத்ரீஸ் (1927–1991), கஸ்ஸான் ஃகனஃபானி (1936–1972) உள்ளிட்ட அரபு எழுத்தாளர்களின் கதைகள் உலகின் கவனத்தை ஈர்த்தன. குறிப்பாக நஜீப் மஹ்ஃபூழ் தனது ‘அவ்லாது ஹாரதினா–சேரிக்குழந்தைகள்’ என்ற நாவலுக்காக 1988இல் நோபல் பரிசு பெற்றதற்குப் பிறகு ஒட்டுமொத்த உலகத்தின் கவனமும் அரபு இலக்கியத்தின் பக்கம் அதிகமாகத் திரும்பியது என்று சொல்லலாம்.

நஜீப் மஹ்ஃபூழின் சமகால எழுத்தாளர் இஹ்சான் அப்துல் குத்தூஸின் படைப்புகளும் அதிக அளவில் பேசப்பட்டன. குத்தூஸைப் பொறுத்தவரை நஜீப் மஹ்ஃபூழ் உள்ளிட்ட முன்னணி எழுத்தாளர்கள் தொடாத பல சமூகப் பிரச்சினைகளைத் துணிச்சலுடன் அதே நேரம் பக்குவமாகத் தனது கதைகளில் பதிவுசெய்திருக்கிறார். 19ஆம் நூற்றாண்டில் அரபுலகில், குறிப்பாக எகிப்தில் பெண்கள்மீது அதீதக் கட்டுப்பாடு விதிக்கப்பட்டிருந்தது. எல்லா மட்டங்களிலும் ஆணாதிக்கச் சிந்தனை பரவலாகக் காணப்பட்டது. கல்வி, வேலைவாய்ப்பு, அரசியல், திருமணம், குடும்பம், தனி மனிதச் சுதந்திரம் எல்லாவற்றிலும் பெண்கள் மிகவும் பின்தங்கியிருந்தார்கள். வீட்டிலேயே அவர்கள் முடக்கப்பட்டிருந்தார்கள்.

பிரபல எகிப்து எழுத்தாளர் பத்திரிகையாளர் அஹ்மத் ஃபாரிஸ் அல்–ஷத்யாக்கின் (1804–1888) கருத்துப்படித் தொடக்கக்கல்விகூட பெண்களுக்கு மறுக்கப்பட்டது. கருத்துச் சுதந்திரம் அறவே இல்லை. ஆண்களின் அடிமைகளாகவே பெண்கள் வாழ்ந்தார்கள். ஆண்களின் ஆசையைத் தீர்த்துக்கொள்ள மட்டுமே திருமண உறவு பயன்பட்டது. ஆண்களுக்குப் படிப்பறிவு – பெண்களுக்கு அறியாமை, ஆண்களுக்கு வெளிச்சம் – பெண்களுக்கு இருட்டு; சிறை. ஆண்களுக்கு அதிகாரம் – பெண்களுக்கு அடிமைத்தனம். இப்படிப்பட்ட பெண்களுக்கெதிரான சூழல்தான் எகிப்திய சமூகத்தில் காணப்பட்டது.

‘பெண் விடுதலை’ (1899), ‘புதுமைப்பெண்’ (1900) ஆகிய நூல்களில் எகிப்து எழுத்தாளர் காஸிம் அமீன் (1863–1908) பெண்கள்மீதான அடக்குமுறைகளைக் கடுமையாகச் சாடியுள்ளார். இவ்வாறு பெண்கள்

தொடர்பாக அறிஞர்கள் முன்வைத்த கருத்துகளை இஹ்சான் அப்துல் குத்தூஸ் யாருடைய மனமும் புண்படாத விதத்தில் தன் கதைகளில் பேசுகிறார். இத்தொகுப்பில் இடம்பெற்றுள்ள 'திருமணம்', 'வேலை', 'இரண்டாவது மனைவி' போன்ற கதைகளில் இதை நாம் உணரலாம்.

எந்த வளமும் இல்லாத ஒரு காலத்தில் ஆண்களும் பெண்களும் சமமாகவே நடத்தப்பட்டார்கள். ஆனால் பெட்ரோல் வளம் கிடைத்ததற்குப் பிறகு ஆண்கள் மட்டுமே அதை அனுபவித்தார்கள். பெண்களைப் பழைய நிலையிலேயே விட்டுவிட்டு பெட்ரோலிலிருந்து சாவிசெய்து ஆண்கள் மட்டும் சிறையிலிருந்து தப்பித்துக்கொண்டார்கள் என்று பெண்கள் அனுபவிக்கும் துயரங்களைத் தத்ரூபமாகக் 'கிறுக்கி' கதையில் காட்சிப்படுத்துகிறார் குத்தூஸ்.

எகிப்தியச் சூழலான அரச குடும்பத்தினர், அதிகாரிகள், மார்க்க அறிஞர்கள், அரசு ஊழியர்கள், வணிகர்கள், விவசாயிகள், பண்ணை முதலாளிகள், தொழிலாளிகள், கைவினைக் கலைஞர்கள் என பலதரப்பட்ட மக்களைக்கொண்டது. இவர்களிலும் கிராம மக்கள், விவசாயிகளின் வாழ்க்கைத்தரம் மிகவும் மோசமாகவே இருந்திருக்கிறது.

இவர்கள் கல்வி, சுகாதாரம், குடிநீர், மருத்துவம், கழிப்பிட வசதி இல்லாமல் மிகவும் பின்தங்கிய நிலையிலேயே இருந்திருக்கிறார்கள். இத்துடன் எகிப்தின் மிக முக்கியமான பொதுவான பிரச்சனைகள் என்று பார்த்தால் விவாகரத்து, மது, பாலியல் தொழில், சமூக ஏற்றத்தாழ்வு, வேலையின்மை, பொருளாதார நெருக்கடி ஆகியவற்றைச் சொல்லலாம்.

அரபுலகில் திருமண வாழ்க்கை பெரிய சிக்கலாகவே இருந்து வருகிறது. குடும்பங்களில் உண்மையான அன்பைக் காணமுடிவதில்லை என்ற குற்றச்சாட்டு பரவலாக உண்டு. அதிகமான மஹர்–மணக்கொடை, வீடு, நகை, வீட்டுப்பொருட்கள் எனப் பெரும் பொருட்செலவில் திருமணம் செய்யக்கூடிய சூழல் இன்றைக்கும் இருந்துவருகிறது. இதனால் ஆண்களும் பெண்களும் தவறான வழிக்குத் தள்ளப்படுகிறார்கள். படித்த இளைஞர்கள் – ஆண்களும் பெண்களும் படித்த நல்ல வசதியான இணைகளைத் தேடுகிறார்கள். திருமண வயதைக் கடந்தும் திருமணமாகாத ஆண்கள், பெண்களின் எண்ணிக்கை அதிகமாய் இருக்கிறது. இத்தொகுப்பில் இடம்பெற்றுள்ள 'திருமண வேலை', 'பதின் பருவம்', 'ஐவரில் ஒருவன்', 'மனைவியும் மகளும்' கதைகள் திருமணம், குடும்ப உறவு குறித்துப் பேசுகின்றன.

இஹ்சான் அப்துல் குத்தூஸ் சமூகச் சிக்கல்களையும் மதம் சார்ந்த அடிப்படைவாதங்களையும் மக்களின் வாழ்க்கையை முன்வைத்து எதார்த்தமாகவும் மென்மையாகவும் தன் கதைகளில் கையாள்கிறார். அரபுலகில் போர்கள் ஏற்படுத்திய பாதிப்புகளையும் உளவியல் சார்ந்த விஷயங்களையும் நுட்பமாகப் பதிவுசெய்கிறார்.

ஜெர்மன், ஆங்கிலம், பிரெஞ்சு, உக்ரைன், சீனம் உள்ளிட்ட பல்வேறு மொழிகளில் இவரது கதைகள் மொழியாக்கம் செய்யப்பட்டுள்ளன. இஹ்சான் அப்துல் குத்தூஸின் கதைகளை முதல்முறையாக

அரபியிலிருந்து தமிழில் மொழியாக்கம் செய்திருக்கிறேன். எகிப்தியர்களின் வாழ்க்கை முறை, பழக்கவழக்கங்கள், கதைகளில் வரும் இடங்கள், சாலைகள், கட்டட அமைப்பு உள்ளிட்ட பல்வேறு விஷயங்கள் குறித்து அரபு நண்பர்களிடம் கேட்டுத் தெரிந்துகொண்டேன். மொழியாக்கத்தின்போது எதிர்கொண்ட மிகவும் சவாலான விஷயம் வழக்குச்சொற்கள். இதற்காக அரபு எழுத்தாளர்களைப் பலமுறை தொடர்புகொண்டு, சரியான அர்த்தத்தைக் கேட்டறிந்து மொழியாக்கம் செய்திருக்கிறேன்.

'கிறுக்கி' என்னும் இத்தொகுப்பில் 26 சிறுகதைகள் உள்ளன. இதிலுள்ள பெரும்பாலான கதைகள் குத்தூஸின் 'எனது உணர்வும் உள்ளமும்' (1959) என்ற தொகுப்பில் இடம்பெற்றவை.

இத்தொகுப்பிலுள்ள சில கதைகள் *தமிழ் இந்து*வின் 2016 தீபாவளி மலர், *காலச்சுவடு*, *கணையாழி*, *உயிரெழுத்து* ஆகிய இதழ்களில் வெளிவந்துள்ளன. அவ்விதழ் ஆசிரியர்களுக்கு நெஞ்சார்ந்த நன்றி.

சாகித்ய அகாதமி விருதுபெற்ற மூத்த எழுத்தாளர் சா. தேவதாஸ் அவர்கள் இத்தொகுப்பிற்கு அருமையானதொரு அணிந்துரையை வழங்கியிருக்கிறார்கள். அவருக்கு இதயம் நிறைந்த நன்றி. நண்பர் எஸ்.ஜே. சிவசங்கர் சிறப்பான முறையில் மெய்ப்புத் திருத்தி உதவியிருக்கிறார். நண்பர்கள் களந்தை பீர்முகம்மது, நட சிவகுமார் ஆகியோர் அவ்வப்போது ஆலோசனைகளை வழங்கி என்னை உற்சாகப்படுத்தியிருக்கிறார்கள். அவர்களுக்கு மனமார்ந்த நன்றி. இஹ்சான் அப்துல் குத்தூஸின் சிறுகதைகளைத் தமிழில் மொழியாக்கம் செய்ய அனுமதி வழங்கிய 'அல் தார் அல் மிஸ்ரிய்யா அல் லெபனானிய்யா' பதிப்பகத்திற்கும் அதற்கு உதவிய முனைவர் லியாகத் அலி அவர்களுக்கும் நன்றி. இந்நூலை மிகவும் அழகாக வடிவமைத்துப் பதிப்பித்திருக்கும் காலச்சுவடு பதிப்பகத்திற்கு நன்றியும் அன்பும்.

சென்னை **அ. ஜாகிர் ஹுசைன்**
25.06.2021

என் வயதுகள்

எனக்கு என்ன வயதிருக்கும்?

பிறப்புச் சான்றிதழின்படி எனக்கு முப்பத்தைந்து வயது. ஆனால் சில நேரங்களில் பதினாறு வயது, இருபத்தைந்து வயது, அறுபது வயது இப்படி பல வயதுகளின் உணர்வுகள் எனக்குள் ஏற்படும்.

ஒவ்வொரு நாளும் எல்லா வயதினருக்கும் உண்டான மனநிலை எனக்குள் உருவாகும். எல்லா வயதினரும் எனக்குள் சண்டையிட்டுக்கொள்வார்கள். பதினைந்து வயது சிறுவன், இருபத்தைந்து வயது இளைஞன், முப்பத்தைந்து வயது நபர், ஐம்பது வயது பெரியவர், அறுபது வயது முதியவர் எல்லாரும் எனக்குள் வாழ்வது போன்ற உணர்வு. ஒவ்வொருவரும் மாறி மாறி அடித்துக்கொள்வார்கள். சில நேரங்களில் பெரிய அலறல் சத்தமே கேட்கும். அவர்கள் ஒவ்வொருவரும் தத்தமக்கு பிடித்ததை நான் செய்ய வேண்டும் என்று நினைப்பார்கள். சிறுவன் நான் துள்ளிக் குதிக்க வேண்டும், கோலி விளையாட வேண்டும் என்று விரும்புவான். இளைஞன் சாலையில் செல்லும் பெண்களின் கவனத்தைத் தன்பக்கம் இழுக்க வேண்டும் என்று நினைப்பான். பெரியவன் அழகாக ஆடை அணிய வேண்டும், சில்க் டை வாங்கி அதில் கிளிப் மாட்ட வேண்டும் என்று எண்ணுவான். முதியவர் படுத்து ஓய்வெடுக்க வேண்டும் என்று விரும்புவார்.

இன்று காலை வீட்டிலிருந்து கிளம்பி வேலைக்குச் சென்றுகொண்டிருந்தேன். அப்போது முப்பத்தைந்து வயது நபரின் உணர்வு எனக்குள் இருந்தது. வழியில் ஒரு செங்கல் துண்டு. எனக்குள் இருந்த சிறுவன் பூட்ஸ் காலால் அதைத் தட்டிவிட நினைத்தான். அப்போது பெரியவன், "டேய்! அசிங்கம்" என்று கூறி அவனைத் தடுத்தான். முதியவர் இரண்டுபேரையும் பார்த்துச் சிரித்துக்கொண்டிருந்தார். கடைசியில் பெரியவன் நினைத்ததுதான் நடந்தது. பூட்ஸ் காலால் செங்கல் துண்டைத் தட்டிவிடாமல் அதைக்

கடந்துசென்றுவிட்டேன். அப்போது எனக்குள் சிறுவனின் அழுகைச் சத்தம் கேட்டது. நான் பூட்ஸ் காலால் செங்கல் துண்டைத் தட்டிவிடாததால் அவன் அழுதான். மனது கேட்காமல் மீண்டும் அந்தச் செங்கல் துண்டு கிடந்த இடத்திற்கு வந்து பூட்ஸ் காலால் அதைத் தட்டிவிட்டேன். எனக்குள் இருந்த பெரியவனுக்குக் கோபம் வந்தது. சிறுவன் செய்த செயலைப் பார்த்து வெட்கப்பட்டுத் தலைகுனிந்து மிகவும் கவலையுடன் இருந்தான்.

செங்கல்லை பூட்ஸ்காலால் தட்டியபோதும் நான் சந்தோஷப்பட வில்லை. அதைக் கடந்துசென்றபோதும் மகிழ்ச்சியடையவில்லை. ஒரே நேரத்தில் இரண்டுபேரைத் திருப்திப்படுத்த முடியாது.

இந்தமாதிரியான உணர்வுகள் ஏற்படுவது எனக்குப் புதிதல்ல. வாழ்க்கை முழுவதும் எல்லா வயதினருக்கும் உரிய உணர்வுகளும் எனக்குள் வந்துகொண்டேதான் இருக்கும். பிறப்புச் சான்றிதழ்படி எனக்குப் பதினைந்து வயது இருக்கும்போது இந்த உணர்வுகள் எனக்குள் ஏற்பட்டன. இன்னும் சொல்லப்போனால் இந்த வயதிலேயே இளைஞன், பெரியவன், வயோதிகர் ஆகியோரின் மனநிலைகளை உணர்வேன். சிறுவர்களுடன் கயிறுகட்டி விளையாடிக்கொண்டிருப்பேன். அடுத்த விநாடி எனக்குள் இருக்கும் இளைஞனைத் திருப்திப்படுத்துவதற்காகக் கண்ணாடிக்கு முன்னால் நின்று ஷேவ் செய்வேன். அதற்குப் பிறகு எனக்குள் வாழும் பெரியவனைத் திருப்திப்படுத்த என் தங்கச்சியிடம் கண்டிப்புடன் பேசுவேன். பிறகு என் அப்பாவின் வயதையொத்த பெரியவரைப்போல அம்மாவிடம் ரோஷமாக நடந்துகொள்வேன். என் அம்மாவிற்கும் அப்பாவிற்குமிடையே அதிக வயது வித்தியாசம் உண்டு. இதை மனத்தில் வைத்து அம்மாவிடம் வீறாப்புடன் பேசுவேன்.

நாம் பிறக்கும்போது எல்லா வயதினரின் மனநிலையோடுதான் பிறக்கின்றோம். ஒருமனிதன் இறக்கும்வரை எத்தனை பருவநிலைகளை அடைவானோ அத்தனை பருவநிலைகளின் பண்புகளையும் தனக்குள் சுமந்துகொண்டுதான் மனிதன் பிறக்கின்றான். குழந்தையின் பண்பு, பெரியவர்களின் குணம். இப்படி எல்லாருடைய பண்புகளும் அவனுக்குள் இருக்கும். வயது கூடிக்கொண்டே போனாலும் அவன் இந்தப் பண்புகளை இழக்கமாட்டான். அந்தந்தப் பருவத்திற்குரிய துடிப்பைச் சமாளிக்கும் ஆற்றலை மட்டுமே இழப்பான். உதாரணமாக உங்களுக்கு அறுபது வயதாகும்போது உங்கள் இளமையை இழக்க மாட்டீர்கள். இளமையின் வீரியத்தைத்தான் இழப்பீர்கள். இளமையின் உணர்வுகள் உங்களுக்குள் அப்படியே இருக்கும். உடலமைப்பையும் ஆரோக்கியத்தையும் பொறுத்து உங்களுடைய பலம் குறைந்துவிட்டதாக உணர்வீர்கள்; அவ்வளவுதான்.

ஒரு மாதத்திற்கும் முன்பு கடற்கரையில் ஃபவ்ஸியா என்னும் பெண்ணைப் பார்த்தேன். அவளுக்குப் பதினாறு வயதிருக்கும். அழகான, தோற்றம் மெல்லிய தேகம், தக்காளி நிறத்தில் சுண்டி இழுக்கும் உடல். என் கண்கள் அவளைவிட்டு விலகவேயில்லை. எனக்குள் இருக்கும் எல்லாப் பருவங்களும் அவளுக்காகப் போட்டிப்போட்டுக் கொண்டிருந்தன.

சிறுவன், "போ . . . அவளோடு பந்து விளையாடு" என்று என்னிடம் சொன்னான். இளைஞன், "அவளைக் கூப்பிடு. அவளுடன் டான்ஸ் ஆடு. அவளுக்கு முத்தம் கொடு" என்றான்.

முப்பது வயது நபர், "அவளுடைய கால்களைப் பார் . . . மார்புகளைப் பார் . . . அவளுடைய ஆடையைக் கழற்றி அவளை அனுபவி" என்று கூறினான்.

முப்பத்தைந்து வயதுடையவன், "அவளைத் திருமணம் செய்துகொள். அவள் உனக்குக் கிடைக்கவேண்டுமென்றால் இதுதான் எளிதான வழி" என்றான்.

அறுபது வயது முதியவர், "அவளைக் கல்யாணம் பண்ணிவிடாதே. அவளுக்கு முப்பத்தொரு வயதாகும்போது அவள் இளமையோடுதான் இருப்பாள். ஆனால் நான் ஆண்மையை இழந்து கிழவனாகிவிடுவேன். அந்த நேரம் அவள் என்னிடம் வந்தால் அவளுக்கு ஈடுகொடுக்க முடியாமல் எனக்குப் பைத்தியம் பிடித்துவிடும். என் தலையில் இரண்டு கொம்புகள் முளைக்க நான் இறந்துவிடுவேன். வேண்டாம்டா . . . டேய் பைத்தியக்காரா . . . அவளைக் கல்யாணம் செய்துவிடாதே. சும்மா லைட்டா ஒரு ஸ்மைல் பண்ணு . . . அது போதும்," என்றார்.

எல்லா வயதினரும் அவளுக்காக மல்லுக்கட்டிக்கொண்டிருந்தார்கள். வாக்குவாதம் செய்துகொண்டிருந்தார்கள். சிறுவன் இளைஞனின் குரல்வளையைப் பிடித்து நெரிக்கிறான். இளைஞன் பெரியவனின் குரல்வளையைப் பிடித்து நெரிக்கிறான். பெரியவன் வயதானவரைக் கொல்ல முயற்சி செய்துகொண்டிருந்தான். வயதானவர் பெரியவனைக் கொல்ல முயற்சிசெய்துகொண்டிருந்தார். நான் ஃபவ்ஸியாவைப் பார்த்தபடி அசையாமல் அப்படியே நின்றேன். நான் எதுவும் செய்யவில்லை. என்னால் எதையும் செய்யவும் முடியவில்லை. சிறுவனின் விருப்பத்தை நிறைவேற்றினால் மற்றவர்கள் கோபப்படுவார்கள். முப்பது வயதுக்காரனின் ஆசைப்படி நடந்தால் ஐம்பது வயதுக்காரர் அல்லது அறுபது வயதுக்காரர் என் மீது கோபப்படுவார்கள். எனவே அவர்களுடைய சண்டையை வேடிக்கைப் பார்ப்பதைத் தவிர என்னால் வேறெதையும் செய்யமுடியவில்லை.

ஃபவ்ஸியாவை எனக்குப் பிடித்திருக்கிறது. எல்லா வயதினருக்கும் பிடித்திருக்கிறது. அதே சமயம் அவளுடன் என்னால் பந்து விளையாட முடியாது. அவளுக்கு முத்தம் கொடுக்கவோ, அவளை அனுபவிக்கவோ, திருமணம் செய்யவோ அல்லது அவளைப் பார்த்துச் சிரிக்கவோ என்னால் முடியாது. என் வயதுகள் என்னும் சிலுவையில் அறையப்பட்டு அவளுக்கு முன்னால் ஒருமாதம் அப்படியே நின்றேன். பிறகு இந்தத் தத்துவக் கதையை எழுத ஆரம்பித்தேன். ஒருவேளை தத்துவம் என் வயதை. எனது எல்லா வயதுகளையும் மறக்கடிக்கலாம்.

ரொட்டிப்பொடிக் கடை

நானொரு பலஸ்தீன் அகதி. 'அகதி' இந்த வார்த்தையைக் கேட்கும்போது போர், காயங்கள், தாய்நாட்டை மீட்கும் போராட்டம் இவைதான் உங்கள் நினைவுக்கு வரும். மக்களின் பசி, பட்டினி, நாடோடி வாழ்க்கை இவையெல்லாம் மறந்துபோகும். உங்களுக்கும் சரி அலுவலகங்களில் சுகமாக உட்கார்ந்து வேலைபார்ப்பவர்களுக்கும் சரி பசி, வறுமை, நாடோடி வாழ்க்கையைப் பற்றித் தெரியாமல் இருக்கலாம். உங்களைச் சொல்லிக் குற்றமில்லை!

இரண்டு வயதில் அம்மா, சிறுவயது சகோதரர்கள் ஒன்பதுபேருடன் இராணுவ அகதிகள் முகாமிற்கு வந்தேன். போரில் கொல்லப்பட்ட என் அப்பாவையும் அழிந்துபோன உலகத்தையும் நினைத்து அம்மா அழுதுகொண்டிருந்தார்கள்.

பல வருடங்களாக ஆயிரக்கணக்கான அகதிகளுடன் வாழ்க்கையை ஓட்டினேன். சேதமடைந்த சிறிய கூடாரத்தில் தான் எல்லாரும் தங்கியிருந்தோம். குளிர்காலத்தில் மற்றவர்களின் உடல்களே எங்களுக்குப் போர்வை. எந்த வேலையும் இல்லை. சும்மா சுற்றிக்கொண்டு பொழுதைப் போக்குவோம். உணவுப்பொருட்கள் கொண்டுவரும் மேலாளர்களையும் பல்வேறு நாடுகளிலிருந்து முகாமிற்கு வருபவர்களையும் எதிர்பார்த்துக் காத்திருப்போம். கூண்டில் அடைக்கப்பட்ட அபூர்வ மிருகங்களைப் பார்ப்பதைப் போல் எங்களைப் பார்ப்பார்கள். அவர்களின் கண்களில் கொஞ்சம் கருணை தெரியும். பரிதாபப்பட்டுப் பேசுவார்கள்; ஆறுதல் சொல்வார்கள்; அங்கிருந்து சென்ற பிறகு எங்களை மறந்துவிடுவார்கள்!

மூன்றுபேருக்கு ஒரு போர்வை வீதம் நான்கு போர்வைகள். ஒவ்வொருவருக்கும் சிறிது கோதுமை மாவு, கொஞ்சம் சர்க்கரை, கொஞ்சம் மொச்சை. இந்த உணவுப்பொருட்கள் மொத்தமாக ஆயிரத்தைந்நூறு கலோரி இருக்கும். 'கலோரி' என்றால் என்னவென்று தெரியுமா?

இஹ்சான் அப்துல் குத்தூஸ்

தெரிய வாய்ப்பில்லை. நீங்கள் உண்ணும் உணவில் எவ்வளவு கலோரி இருக்கிறது என்று தெரிந்துகொள்ள உங்களுக்கு அவசியமில்லை. எங்களுக்குத் தெரியும். ஒரு சாதாரண மனிதன் ஆரோக்கியமாக வாழ குறைந்தது மூவாயிரம் கலோரி தேவை!

அவர்கள் தரும் கோதுமை மாவு எங்களுக்குப் போதாது. அதை வியாபாரிகளிடம் கொடுத்துச் சோள மாவை வாங்கிக்கொள்வோம்.

பண்டமாற்றம் செய்வதற்கென்று சில வியாபாரிகள் இருக்கிறார்கள். எங்கள் பசியில் அவர்களின் வியாபாரம் செழிப்பாக நடைபெற்றது.

சோள மாவும் எங்களுக்குப் போதாது. எனவே, ரொட்டிப்பொடிக் கடைக்குச் சென்று, சோள மாவைக் கொடுத்து ரொட்டிப்பொடியை வாங்குவோம்.

உங்கள் வீட்டில் சாப்பாட்டு மேசையிலிருந்து கீழே விழும் ரொட்டிப்பொடிகளை வீட்டு வேலைக்காரி குப்பைத்தொட்டியில் போடுவார்.

எங்கள் முகாமில் அப்படிப்பட்ட ரொட்டிப்பொடிகளை விற்பதற்கென்று ஒரு கடை உண்டு. 'ரொட்டிப்பொடிக் கடை' ...சோள மாவைக் கொடுத்துவிட்டு ரொட்டிப்பொடிகளை வாங்கிச் சாப்பிடுவோம். அந்தக் கடையில் பலவகையான ரொட்டித் துண்டுகள், பொடிகள், மிச்சம் மீதிகள் கிடைக்கும். அகதிகள் ஏதாவது ஒரு பொருளைக் கடைக்காரரிடம் கொடுத்து அதற்குப் பதிலாக ரொட்டிப்பொடியை வாங்கிச் சாப்பிடுவார்கள். அவர்களிடம் பணம் இருக்காது. வேலை எதுவும் இல்லை. பிறகு எப்படி பணம் வரும்? மற்றவர்கள் செய்யும் உதவியில்தான் வாழ்க்கை ஓடுகிறது. ஒருமுறை பள்ளிக்கூடத்திற்குக் கொண்டுசெல்ல பென்சில் தேவைப்பட்டது. அதை வாங்க ஒரு கால் ரொட்டித்துண்டை அம்மா தந்தார்கள். அதைக் கடைக்காரரிடம் கொடுத்து பென்சில் வாங்கினேன்.

முகாமில் ஒரு பள்ளிக்கூடம் உண்டு. எல்லாக் குழந்தைகளும் அந்தப் பள்ளிக்கூடத்திற்குத்தான் செல்வார்கள். பள்ளிக்கூடம் போக யாரும் வற்புறுத்தமாட்டார்கள். முகாமைப் பொறுத்தவரை படிப்பது கட்டாயமில்லை. பள்ளிக்கூடத்திற்குப் போவதைத் தவிர எங்களுக்கு வேறு வேலையும் இல்லை. அதுவும் இல்லாமல், பள்ளிக்கூடம் சென்றால் இலவசமாக மதிய சாப்பாடு கிடைக்கும். எல்லாவற்றையும் இலவசமாகப் பெற நாங்கள் பழகிவிட்டோம். முகாமில் நாங்கள் சுமக்க அனுமதிக்கப்பட்ட ஒரே ஆயுதம் கல்வி மட்டும்தான்!

பள்ளிக்கூடம் திறந்தவெளியில் நடந்துவந்தது. நாங்கள் கற்களில் அமர்ந்திருப்போம். ஆசிரியர் எங்களுக்கு முன்னால் ஒரு கல்லில் அமர்ந்திருப்பார். கரும்பலகையெல்லாம் கிடையாது. ஆசிரியர் தரையில்தான் எழுதிப் பாடம் நடத்துவார்.

எங்கள் பள்ளியின் நிலை இதுதான்!

பன்னிரண்டாம் வகுப்புவரை அங்குதான் படித்தேன்.

பன்னிரண்டாம் வகுப்பு முடித்த பெரும்பாலான இளைஞர்கள் ஹஜ் சீசனுக்காகக் காத்திருப்பார்கள். அவர்களுடைய குடும்பத்தார்கள் கொஞ்சம் பணம் திரட்டிக் கொடுப்பார்கள். அம்மா, சகோதரிகளிடம் ஏதாவது நகை இருந்தால் வாங்கிக்கொண்டு ஹஜ் கடமையை நிறைவேற்ற சவூதி அரேபியாவிற்குச் செல்வார்கள். ஹஜ் பயணம் உண்மையானதாக இருக்க வேண்டுமென்றால், அதற்கும் முன்னால் ஒரு வருடம் மார்க்கக் கடமைகளை ஒழுங்காகக் கடைப்பிடிக்க வேண்டும். ஐந்துவேளை சரியாகத் தொழவேண்டும். நோன்பு நோற்க வேண்டும். அதற்குப் பிறகுதான் சவூதி அரேபியாவிற்குச் செல்ல முடியும். அங்கு சென்றதும் முதல் கடமை வேலை தேடி ‘தவாப் – சுற்றுவது’தான். நாடோடியாக, வேலையில்லாமல் பசியோடு ‘கஅபா’வைச் சுற்றுவதை இறைவன் ஏற்றுக்கொள்ளமாட்டான். இறைவன் கடமையாக்கிய ‘தவாப் – சுற்றுதல்’ வாழ்வாதாரத்தைத் தேடிச் சுற்றுவதுதான்.

வேலை கிடைத்தால் அகதிகள் ரொம்ப சந்தோஷப்படுவார்கள். குடும்பத்திற்குப் பணம் அனுப்புவார்கள். முகாம்களில் உள்ள குடும்பத்தார்கள் அவர்களைப் பாராட்டிப் பேசுவார்கள்.

நானும் சவூதிக்குச் செல்வதற்காக ஹஜ் சீசனை எதிர்பார்த்துக் கொண்டிருந்தேன்; அல்லது வேறு ஏதாவது அரபு நாட்டிற்கு வேலைக்குச் செல்லலாம் எனக் காத்திருந்தேன். இறைவன் வேறுவழியில் எனக்குச் செல்வத்தைத் தர நினைத்தான். முகாமிற்கு உள்ளேயே, என் சமூக மக்களுக்கு மத்தியிலேயே வேலைபார்க்கும் வாய்ப்பைத் தந்தான்.

முகாமிலுள்ள பள்ளிக்கூடம் விரிவாக்கப்பட்டது. புதிய கட்டடம் ஒன்றும் கட்டப்பட்டது. இந்தப் பள்ளியில்தான் ஆசிரியராக நியமிக்கப்பட்டேன்.

முதன்முறையாக எனக்குரிய பணத்தை என் கையால் தொடப் போகிறேன். இதற்கு முன் தூரத்திலிருந்து பணத்தைப் பார்ப்பேன். தொடமாட்டேன். அதற்குரிய தகுதி எனக்கில்லை.

மிகவும் சந்தோஷப்பட்டேன்.

அம்மா மகிழ்ச்சியால் பாடினார்கள்.

ஒன்பது சகோதரர்களும் எனக்கு வாழ்த்துச் சொன்னார்கள்.

அந்த மகிழ்ச்சி ரொம்ப நாள் நீடிக்கவில்லை. நாட்டை இழந்ததைப் போலவே, மகிழ்ச்சியையும் இழக்கவேண்டிய நிலை ஏற்பட்டது. மாதம் பதினைந்து பவுண்ட் வருமானம் உள்ள குடும்பத்திற்கு இனி உதவிப்பொருட்கள் கிடைக்காது என்று ஆணை பிறப்பிக்கப்பட்டது.

என் குடும்பம் பெரியது!

மாதம் பதினேழு பவுண்ட்தான் சம்பளம்!

எங்களுக்குக் கிடைத்துவந்த ஆயிரத்து ஐந்நூறு கலோரி உணவுப் பொருள் இனி கிடைக்காது. அதை வைத்துத்தான் இதுவரை வாழ்க்கை நடத்தினோம். இப்போது அதுவும் இல்லை!

என்ன செய்வதென்று தெரியவில்லை.

மாதவருமானம் பதினேழு பவுண்ட் எங்கள் குடும்பத்துக்குப் போதாது. பசி பட்டினியால் நிச்சயம் செத்துவிடுவோம்!

என்ன செய்யலாம் என்று யோசித்தேன்.

ஒரேயொரு வழிதான் உண்டு.

நான் என் குடும்பத்தாருடன் வசிக்கவில்லை. தனிக்குடித்தனம் சென்றுவிட்டேன். எனக்குத் திருமணாகிவிட்டது என்று அதிகாரிகளை நம்பவைக்கவேண்டும். அப்போதுதான் அம்மாவிற்கும் ச்கோதரர்களுக்கும் உதவிப்பொருட்கள் தொடர்ந்து கிடைக்கும்.

எனக்குத் திருமணம்செய்ய விருப்பமில்லை.

அம்மா, சகோதரர்களுடன் இருந்து அவர்களை நல்லபடியாகக் கவனிக்கவேண்டும். கிடைக்கின்ற சிறிய சம்பளத்திலிருந்து ஒவ்வொரு நாணயத்தையும் அம்மா, சகோதரர்களுக்காகச் செலவுசெய்யவேண்டும் என்று நினைத்தேன்.

அவர்களை நம்பவைப்பதற்காக, பெயருக்குத் திருமணம் செய்து கொள்வோம் என்று முடிவெடுத்தேன்!

எங்கள் முகாமில் ஒரு வயதான பைத்தியக்காரப் பெண் இருந்தாள். பகல் முழுவதும் புலம்பியபடிக் கூடாரத்தைச் சுற்றிவருவாள். ஒருநாள் அவளுடைய கைகளைப் பற்றிக்கொண்டேன். ஒரு அதிர்ச்சி . . . அந்தப் பைத்தியக்காரப் பெண், பைத்தியம் தெளிந்து மஹர் பணம் கேட்டாள். அவளுக்கு ஒரு சகோதரன் உண்டு. அவன் என்னிடம் பேரம் பேசினான். அவன் மிகவும் உஷாரானவன். வயதான பைத்தியக்காரச் சகோதரியை எனக்குத் திருமணம் செய்துவைப்பதற்காகப் பேரம் நடத்தவில்லை. எனது திட்டத்தை எப்படியோ தெரிந்துகொண்டான். என் குடும்பத்திற்குக் கிடைக்கும் பலனை அறிந்து கணக்குப்போட்டான். இறுதியில் நானும் மஹர்பணம் கொடுக்கச் சம்மதித்தேன்.

இரண்டு தவணைகளில் பத்து பவுண்டைக் கொடுத்து அவளைத் திருமணம் செய்துகொண்டேன்.

என் அம்மாவிற்கும் சகோதரர்களுக்கும் பழையபடி ஆயிரத்து ஐந்நூறு கலோரி உதவிப்பொருள் கிடைத்தது. என் மனைவி எப்போதும்போல புலம்பியபடிக் கூடாரத்தைச் சுற்றிவரட்டும் என்று விட்டுவிட்டேன். ஒரு வினாடி கூட அவள் என் மனைவியாக இருந்ததில்லை.

வாழ்க்கை அமைதியாகச் சென்றது.

முகாமில் உள்ள அகதிகளில் நான்தான் பணக்காரன்.

மூன்று மாதங்கள் ஆகியிருக்கும். திடீரென என் பைத்தியக்கார மனைவி இறந்துவிட்டாள். நான் கொடுத்த மஹர் பணமும் போய்விட்டது. அவளை அடக்கம் செய்வதற்கான செலவையும் நானே ஏற்கவேண்டியதாயிற்று.

என் குடும்பத்திற்கு இனி உதவிப்பொருட்கள் கிடைக்காது என்ற அறிவிப்பும் வந்தது.

வாழ்க்கை இருண்டுபோனது. மனைவியின் சவக்குழிக்குச் சென்று அழுதுபுலம்புகிறேன்.

வானுலகில் ஒரு மனிதன்

அவர் இறந்துவிட்டார் . . .

அவர் இறந்ததைப் பற்றி யாருமே கவலைப்படவில்லை.

வாழ்க்கைப் பாதையில் எந்தச் சுவடையும் விட்டுச் செல்லாமல் இறந்துபோனார்.

தெருவில் ஒரு நாய் குரைத்தால் உடனே எல்லாரும் கூடிவிடுகிறார்கள். ஐயோ! நாய்க்கு என்ன ஆச்சோ என விசாரிக்கிறார்கள்; பரிதாபப்படுகிறார்கள். சில நேரம் புளூ கிராஸிற்குத் தகவல் தெரிவிக்கிறார்கள். பாவம் அப்துல் முத்தஜல்லி – இதுதான் அவருடைய பெயர் – அவரைப்போல இன்னும் நிறையபேர் இருக்கிறார்கள். அவர்களின் எண்ணிக்கை நாய்களின் எண்ணிக்கையை விட கோவேறு கழுதைகளின் எண்ணிக்கையைவிட அதிகம். இவ்வளவு பெரிய எண்ணிக்கையில் ஒன்று குறைந்துபோவதால் குடிமுழுகிப்போகுமா என்ன? அதற்காக எவரும் கவலைப்படவும் மாட்டார்கள்; அதைப் பெரிதாக எடுத்துக்கொள்ளவும் மாட்டார்கள்.

அப்துல் முத்தஜல்லியும் அவ்வாறுதான், எந்தச் சலனமுமில்லாமல் இறந்துபோனார். கடைசிக்காலம் வரை அமைதியாகவே வாழ்ந்தவர். துன்பம் துயரம் எது வந்தாலும் எவரிடமும் சொல்லமாட்டார். இறைவனிடம்கூட உதவிகேட்கமாட்டார். தனது வலியை அமைதியாக விழுங்கிவிடுவார். அப்படித்தான் அன்றைய தினம் தனது எலும்பு நொறுங்கும் சத்தத்தைக் கேட்டார். நெஞ்சு படபடத்தது, மூச்சு நின்றுபோனது. நிரந்தரமாக அமைதியாகிவிட்டார். இறக்கப்போகிறோம் என்பதைக்கூட கடைசிவரை அவர் உணரவில்லை.

பிரச்சினை பக்கத்துவீட்டுக்காரர்களுக்குத்தான். அவர் வாழ்ந்துவந்த பாழடைந்த சிறிய குடிசையிலிருந்து துர்நாற்றம் வீசியது. 'அப்துல் முத்தஜல்லி' கதவைத் திற. பலமுறை கத்திப் பார்த்துவிட்டுக் கடைசியில் கதவை உடைத்து உள்ளே சென்றார்கள். அவர் இறந்துகிடந்தார். அவரைத் தோள்களில் தூக்கிக்கொண்டுசென்றார்கள். இறந்தவருக்கு மரியாதை செய்வதற்காக அல்ல. துர்நாற்றத்திலிருந்து தப்பிப்பதற்காக. அருகிலுள்ள ஒரு மலைப்பகுதியில் மக்கள் நடந்துசெல்லும் பாதையில் குழிதோண்டி அவரைப் புதைத்தார்கள். கல்லில் அல்லது மரத்தில் ஒரு பெயர்ப்பலகையைக்கூட அவர்கள் சவக்குழியில் பதிக்கவில்லை. அப்படி செய்திருந்தாலாவது அவர் பட்ட வேதனைகளை அந்தப் பெயர்ப்பலகை சொல்லியிருக்கும்.

இப்படித்தான் அப்துல் முத்தஜல்லி இறந்துபோனார்.

அமைதியாக... எவ்விதச் சலனமுமில்லாமல்!

ஆனால் வானுலகிலோ நிலைமை தலைகீழ். அவர் வானுலகை நெருங்கியபோது பெரும் கூச்சல் அவரை வரவேற்றது. உலகத்தில் அதைப் போன்றதொரு சத்தத்தை அவர் கேட்டதில்லை. வானவர்களில் ஒரு பிரிவினர் அவரது தலையில் மலர்க்கிரீடம் சூட்டினார்கள். இனிமையான பாடல்களைப் பாடி அவரை வரவேற்றார்கள். ரேடியோ நிலையங்கள்கூட அவ்வளவு இனிமையான பாடல்களை ஒலிபரப்பியதில்லை. அவருக்காக சொர்க்க மாளிகையில் ஒரு அறையில் தங்கக்கட்டிலில் பட்டு மெத்தையை விரித்து மணவறையைத் தயார்செய்துகொண்டிருந்தார்கள். அதே சமயம் வானவர்களில் இன்னொரு பிரிவினர் இந்தக் கொண்டாட்டத்தில் கலந்துகொள்ளவுமில்லை, அவரை வரவேற்கவுமில்லை. தங்களுக் கிடையே எதையோ கிசுகிசுத்துவிட்டு அவரை அவமானப்படுத்தி இரங்கல் தெரிவித்தார்கள். அவர் அந்த வானவர்களுக்கருகில் சென்றபோது அவர்கள் தங்கள் முகங்களைத் திருப்பிக்கொண்டார்கள். தொடர்ந்து அவரைப் பற்றி விவாதித்துக்கொண்டேயிருந்தார்கள்.

சொர்க்கவாசி ஒருவர்: என்ன ஒரே கூச்சல் குழப்பம்?

வானவர் ஒருவர்: உங்களுக்குத் தெரியாதா? அப்துல் முத்தஜல்லி வந்துவிட்டார்.

அப்துல் முத்தஜல்லி? யார் இந்த அப்துல் முத்தஜல்லி? இறைத்தூதர்கள், நல்லவர்கள், தியாகிகள் பட்டியலில் இவருடைய பெயரைப் பார்த்ததில்லையே!

வானவர்: அவர் ஒரு மனிதர். நாங்கள் அனைவரும் அவருடைய வருகையை எதிர்பார்த்துக்கொண்டிருந்தோம். அவரைப் பற்றித்தான் பெரிய சர்ச்சை நடந்துகொண்டிருக்கிறது. அவருக்கு சொர்க்கம் கிடைக்குமா, இல்லை நரகம் கிடைக்குமா என்று வானவர்கள் விவாதித்துக் கொண்டிருக்கிறார்கள்.

அவர் இறைமறுப்பாளரா?

இல்லை.

அப்படியென்றால்... இறைநம்பிக்கையாளரா?

இல்லை.

பாவங்களின் பட்டியல்?

அவர் பாவங்கள் எதுவும் செய்யவில்லை.

சொர்க்கவாசி ஆச்சரியத்துடன்: நன்மைகள் செய்திருக்கிறாரா?

வானவர் சிரித்தபடி: இல்லை... அவர் நன்மையும் செய்யவில்லை.

அவருக்கு ஒரே குழப்பம்: உலகத்தில் எப்படித்தான் வாழ்ந்தார்?

மௌனமாக...

மௌனத்திற்கு என்ன தீர்ப்பு?

வானவர்: இதற்காகத்தான் இத்தனைக் கூச்சல் குழப்பம். வானவர்களுக்கிடையே கருத்துவேறுபாடு. இறைவன் நீதிமன்றத்தைக் கூட்ட முடிவுசெய்துள்ளான். அங்கே அப்துல் முத்தஜல்லி ஆஜர்படுத்தப்படுவார். ஒரு வானவர் அவருக்கு ஆதரவாகவும் மற்றொரு வானவர் அவருக்கு எதிராகவும் வாதிடுவார்கள். நீதிமன்ற நடவடிக்கைகளைப் பார்க்க சொர்க்கவாசிகளுக்கு அனுமதியுண்டு.

நீதிமன்றம் கூட்டப்பட்டது. விசாரணை தொடங்கியது.

அப்துல் முத்தஜல்லி அமைதியாக நடுங்கியபடி நின்றுகொண்டிருந்தார். அவருடைய விவகாரத்தில் என்ன தீர்மானிக்கப்படும் எதுவும் அவருக்குத் தெரியாது. நீதிபதிகளைப் பார்ப்பதற்காகத் தலையை உயர்த்தினார். திடீரென ஒரு ஒளி... உடனேயே தலையைத் தாழ்த்திக் கொண்டார். அமைதியாக. ஒன்றும் புரியாமல் நடுங்கியபடி நின்றார்.

இவருக்கு ஆதரவாக வாதிடும் வானவர் தன் வாதத்தை மென்மை யான குரலில் தொடங்கினார். அவரது குரல் வயலின் இசையைப் போல இனிமையாக இருந்தது:

கனம் நீதிபதிகளே...

இந்த அப்துல் முத்தஜல்லி மௌனம் எனும் போர்வையைப் போர்த்திக்கொண்டு எல்லாத் துன்பங்களையும் சகித்து வாழ்ந்தவர்.

உடனே எதிர்த்தரப்பு வானவர் குறுக்கிட்டுப் பேசினார். அவரது குரலும் இனிமையாகத்தான் இருந்தது. ஆனால், அது சாக்ஸோபோன் இசையைப் போல இருந்தது.

உலகில் பயன்படுத்தப்படும் இந்த இலக்கிய உவமைகளெல்லாம் இங்கே எதற்கு?

அப்துல் முத்தஜல்லி தரப்பு வானவர் தனது வாதத்தைத் தொடர்ந்தார்: இறைத்தூதர் யாகூபைவிட அதிகமான இன்னல்களை இவர் சந்தித்திருக்கிறார். ஒருதடவை கூட எவரிடமும் சென்று முறையிட்ட தில்லை.

தலைமை நீதிபதி குறுக்கிட்டுக் கண்டிப்பான குரலில்: தயவுசெய்து நடந்த விஷயங்களைச் சொல்லுங்கள்.

அவர் சிரித்தபடி: அப்துல் முத்தஜல்லி ஏழ்மையான குடும்பத்தில் பிறந்தவர். பால்குடிப் பருவம் முடிந்ததும் அம்மா இறந்துவிட்டார். தந்தை வேறொரு பெண்ணைத் திருமணம் செய்துகொண்டார். அவர் முத்தஜல்லியைத் தினமும் கொடுமைப்படுத்துவார்; சூடுவைப்பார். அவருக்குக் காய்ந்த ரொட்டித்துண்டைக் கொடுத்துவிட்டுத் தான் கறி, குனாபா இனிப்பு என வகைவகையான உணவுகளைச் சாப்பிடுவார். ஒரு இரும்புப் பட்டறையில் அவரை வேலைக்குச் சேர்த்தார். தீயில் வெந்து சம்பாதித்த சொற்ப சம்பளம் முழுவதையும் அவரே எடுத்துக் கொண்டார். முத்தஜல்லி எதிர்த்து ஒரு வார்த்தைகூட பேசவில்லை; வருத்தப்படவுமில்லை. நம்மிடம் பிரார்த்தனை செய்து உதவி கேட்கவுமில்லை. கொடுமைக்கார அப்பா ஒரு நாள் இரவு முத்தஜல்லியின் முடியைப் பிடித்து இழுத்து வீட்டிலிருந்து வெளியேற்றினார். அப்போதுகூட மறுப்பேதும் சொல்லாமல் வீட்டைவிட்டு வெளியேறினார். சாலையில் செல்லும்போது கடுமையான பசி. அவருக்குச் சாப்பிடத் தோன்றவில்லை. கடும் குளிரைத் தாங்கிக்கொண்டு நடந்தார். ஏதாவது வேலைசெய்துகொண்டேயிருக்க வேண்டும் என்று நினைத்தார். வேலையில் சேரும்போது சம்பளத்தைப் பற்றிக் கேட்கமாட்டார். சம்பளம் கொடுக்காமல் முதலாளி ஏமாற்றினால்கூட அமைதியாக இருந்துவிடுவார். எப்போதும் மௌனமாகவே இருப்பார். ஒரு தடவை கார் விபத்து ஏற்பட்டது; தலையில் அடிபட்டு இரத்தம் வடிந்தது. அவர் சத்தம் போடவில்லை. இடித்த காரைக்கூட ஏறெடுத்துப் பார்க்கவில்லை. காரை ஓட்டிவந்தவர் தலையில் அடிபட்ட இடத்தில் ஒரு பிடி மண்ணை வைத்து இரத்தம் கசிவதைக் கட்டுப்படுத்தி அவரைத் தன்னுடன் அழைத்துச் சென்றார். தனது மெக்கானிக் செட்டில் அவருக்கு வேலைபோட்டுக் கொடுத்தார். முதலாளியும் அவருடைய உதவியாளர்களும் சொல்லக்கூடிய எல்லா வேலைகளையும் செய்தார். பிறகு அங்கு வேலை பார்க்கக்கூடிய ஒரு பெண்ணைத் திருமணம் செய்யும்படி முதலாளி கூறினார். அந்தப் பெண்ணைத் திருமணம்செய்துகொண்டார். ஒருநாள்கூட அவள் அவரருகில் படுத்ததில்லை. ஐந்துமாதங்களுக்குப் பிறகு அவள் கர்ப்பமானாள். கருவில் வளரும் குழந்தைக்கு இவர்தான் அப்பா என எல்லாரும் நினைத்தார்கள். அப்போதும் அவர் எதுவும் பேசவில்லை... வருத்தப்படவுமில்லை. இதென்ன பெரிய சோதனை... இறைவனின் சூட்சுமம்தான் என்ன என்று மனம் நொந்து நம்மிடம் பிரார்த்தனை செய்யவுமில்லை. அதன் பிறகு ஒருநாள் எந்தக் காரணமும் இல்லாமல் முதலாளி அவரைத் துரத்திவிட்டார். இவ்வளவு வருடங்கள் வேலை செய்ததற்கு ஒரு பைசாகூட முதலாளி கொடுக்கவில்லை. மனைவியும் கைவிட்டு ஓடிவிட்டாள். சின்னக் குழந்தையுடன் வாழ்க்கையைக்

கழித்தார். யார் என்ன சொன்னாலும் எதையும் கண்டுகொள்ளாமல் சம்பளத்தைப் பற்றியெல்லாம் கவலைப்படாமல் வேலைசெய்து வாழ்க்கையை ஓட்டினார். அதற்குப் பிறகுகூட எந்த விழிப்புணர்வும் அவரிடம் ஏற்படவில்லை.

கனம் நீதிபதிகளே! கொஞ்சம் யோசித்துப்பாருங்கள். இவ்வளவு நடந்தபிறகும் அவரிடம் எந்த விழிப்புணர்வும் ஏற்படவில்லை. அந்தப் பையனுக்குப் பதினைந்து வயதிருக்கும். அவர்கள் வசித்துவந்த பாழடைந்த குடிசையிலிருந்து அவன் முத்தஜல்லியைத் துரத்திவிட்டான். அப்போதும் அவர் எந்த எதிர்ப்பையும் காட்டவில்லை. தான் வளர்த்த அந்தப் பையனின் விருப்பத்திற்குத் தடையாக அவர் இருக்க விரும்பவில்லை. எந்தக் குறிக்கோளும் இல்லாமல் வாழ்ந்துவந்தார். அவருக்கென ஆசை, சுயபுத்தி, வருத்தம், எதிர்ப்பு எதுவுமே கிடையாது.

உடனே எதிர்த்தரப்பு வானவர் குறுக்கிட்டு: கனம் நீதிபதிகளே! இவருடைய வாழ்க்கையில் நடந்த இந்தச் சம்பவங்களையெல்லாம் நான் எதிர்க்கவில்லை. அப்படியே ஏற்றுக்கொள்கிறேன். அதே சமயம் கூடுதலாக ஒரு விஷயத்தைக் கூறவிரும்புகிறேன்: இந்த நிகழ்வுகள் எல்லாமே இவர்மீது சுமத்தப்பட்டுள்ள குற்றச்சாட்டுகளுக்கு வலுசேர்ப்பதாகவே இருக்கின்றன. இறைவனுக்குச் சக்தியில்லை என சவால் விடுக்கும் வகையில் இவர் நடந்துகொண்டிருக்கிறார். எந்தப் பிரச்சினையாக இருந்தாலும் இறைவனிடம் முறையிடுவதற்கு இறைவன் குரலைக் கொடுத்திருக்கிறான். மகிழ்ச்சியாக வாழ, சிந்தித்து முடிவெடுக்க இறைவன் அறிவை வழங்கியிருக்கிறான். அவனைச் சுற்றிலும் இறைவன் பல்வேறு சமூக மக்களை ஏற்படுத்தியிருக்கிறான். அவர்களின் உதவியை நாடியிருக்கலாம். அநியாயம் நடக்கும்போது அதைத் தட்டிக்கேட்க ஆற்றலைக் கொடுத்திருக்கிறான். ஆனால் இந்த அப்துல் முத்தஜல்லி இறைவன் வழங்கிய எல்லா வாய்ப்புகளையும் வீணாக்கியிருக்கிறார். தனது குரல், அறிவு, சமூகம், ஆற்றல் அனைத்தையும் பாழாக்கியிருக்கிறார். இறைவனுக்குச் சவாலாகவே இவ்வாறு நடந்திருக்கிறார். இவருக்கு நரகம்தான் கொடுக்கவேண்டும் என்று நான் தீர்ப்பளிக்கிறேன் என எதிர்த்தரப்பு வானவர் ஆக்ரோஷமாகப் பேசினார்.

தீர்ப்புக்கூற உங்களுக்கு எந்த அதிகாரமும் இல்லை. இது உலகில் நடக்கும் நீதிமன்றம் இல்லை. உங்களுடைய கருத்தை. வாதத்தை மட்டும் கூறுங்கள். நீதிபதி கண்டிப்புடன் சொன்னார்.

எதிர்த்தரப்பு வானவர் மென்மையாக: இறைவனின் சக்தியை மனிதன் பயன்படுத்தத் தவறுவது மாபெரும் குற்றம். இறைமறுப்புக்குச் சமமான குற்றம்.

சத்தங்கள் ஓய்ந்தன. ஒளியால் ஜொலித்துக்கொண்டிருந்த அந்த நீதிமன்றத்தில் ஒருவிதப் பயம் கலந்த அமைதி.

அப்துல் முத்தஜல்லி அச்சத்துடன் நின்றுகொண்டிருந்தார். எல்லாரும் தன்னைப் பற்றித்தான் விவாதம் செய்து கொண்டிருக்கிறார்கள் என்ற எண்ணம் மனத்திற்குள் இருந்தாலும்கூட ... பெரிதாக எதுவும் அவருக்கு விளங்கவில்லை.

தலைமை நீதிபதியின் குரல் கேட்டது: அப்துல் முத்தஜல்லி.

அவர் பதில் கூறவில்லை. தனக்குள்ளிருந்துதான் ஏதோ சத்தம் கேட்கிறது என எண்ணிக்கொண்டார்.

அப்துல் முத்தஜல்லி. தலையை உயர்த்திப் பார்!

தலையை உயர்த்தினார். இப்போது அவரது கண்களில் பேரொளி. நீதிபதியின் குரலைக் கவனமாகக் கேட்டார்:

அப்துல் முத்தஜல்லி. உனக்குச் சொர்க்கம் கிடைத்தால் என்ன கேட்பாய்? உன் ஆசை என்ன? சொல்... பயப்படாமல் சொல்.

கொஞ்சம் யோசித்துவிட்டு:

என்ன வேண்டுமென்றாலும் கேட்கலாமா?

கேள்... கேள்... நீதிபதி ஆர்வமூட்டினார்.

எதை வேண்டுமென்றாலும் கேள்... உன் விருப்பம் உன் கையில்தான் இருக்கிறது.

உண்மையாகவா?

அவருக்கு ஆதரவான வானவர்கள் அனைவரும் ஒரே குரலில்...

உண்மையாகத்தான். பேசு அப்துல் முத்தஜல்லி. தேவையானதைக் கேள்.

முதல்முறையாக அவரது முகத்தில் சந்தோஷம். நாக்கில் எச்சில் ஊறியது.

ஒவ்வொரு நாள் காலையிலும் ஒரு பிளேட் எண்ணெய் கலந்த பீன்ஸ், ஒரு ரொட்டித்துண்டு... இல்லை, இல்லை.

இரண்டு ரொட்டித்துண்டு...

நீதிமன்றம் முழுவதும் ஒருவிதப் பயம். பெரிய நிசப்தம். அவருக்கு ஆதரவாகப் பேசிய வானவர்கள் வெட்கத்தால் தலைகுனிந்தார்கள். இந்த மாதிரி ஒரு படைப்பை இறைவன் பூமியில் படைத்திருக்கிறானே என்பதை நினைத்து வாயடைத்துப்போனார்கள்.

அவருக்காக வாதிட்ட வானவர் இப்படிப்பட்டவனுக்காகவா நாம் வாதாடினோம் என நொந்து முகத்தைத் திருப்பிக்கொண்டார். எதிர்த்தரப்பு வானவருக்கு ஒரே சந்தோஷம்.

அப்துல் முத்தஜல்லி தனக்குத்தானே: அதிகமாகக் கேட்டுவிட்டோமோ?

நீதிபதிகள் ஒருவரையொருவர் பார்க்கிறார்கள்... இரகசியமாகத் தங்களுக்குள் பேசிக்கொள்கிறார்கள்.

தலைமை நீதிபதி: வேறு வழியில்லை. சொர்க்கத்திற்கு அனுப்பி விடுவோம்.

மற்றொரு நீதிபதி: என்ன காரணம் சொல்வது?

கருணை அடிப்படையில்...

அப்துல் முத்தஜல்லி சொர்க்கத்திற்கு அனுப்பப்படுவார் என்று தீர்ப்பளிக்கப்பட்டது.

அவருக்கு ஆதரவான வானவர்களின் முகங்களில் எந்த மகிழ்ச்சியு மில்லை. பாட்டுப்பாடித் தீர்ப்பை அவர்கள் கொண்டாடவுமில்லை.

அப்துல் முத்தஜல்லி சொர்க்கம் சென்றார்; அதுதான் அவருக்கான உண்மையான அஞ்சலியாக இருந்திருக்கும்!

●

திருமணம்

அவள்: என்னைத் திருமணம் செய்துகொள்!

அவன்: திருமணமா? அது இசை இல்லாத சினிமா காட்சி, தலைப்பாகை அணிந்த முதியவர், போலியான ஆரவாரம்.

நீ இல்லாத என் வீடு, உன்னை அணைத்துக்கொள்ள இடம்தராத என் கட்டில் எல்லாவற்றையும் விட்டுவிட்டு உன்னிடம் வருவதற்குக் காரணம் திருமணம்தானே. நீ இல்லாத வினாடிகள் ஒரு வாழ்க்கையா?

வீடு? எந்த வீடு? எது வீடு? நம்மைச் சுற்றி சுவர்கள் எழுப்பி அதற்குள் வாழ்கிறோமே அது வீடா? வானமும் பூமியும்தான் என் வீடு. முழு வானமும் முழுப் பூமியும் வானத்தையும் பூமியையும் சுற்றி நாம் சுவர்கள் எழுப்புகிறோமா? அடப் பைத்தியமே! நாம் சந்தித்துக்கொள்ளும் இடம்தான் நமக்கு வீடு. நாம் உறங்கும் இடம்தான் நமக்குக் கட்டில். வாழ்க்கையின் ஒவ்வொரு வினாடியிலும் என் உதடு உன் உதடுகளுக் கிடையே துடித்துக்கொண்டிருக்கிறது. அடப் பைத்தியக்காரி! நீ சொல்லும் இந்த முட்டாள்தனத்திற்குப் பெயர்தான் திருமணமா?

திருமணம், கற்பு என்னும் சிம்மாசனத்தின் வெள்ளை ஆடை... திருமணம்தான் பத்தினி என்னும் கிரீடத்தை என் தலையில் சூட்டுகிறது. நாம் சந்தித்த நாள்முதல் உன்னுடன் வாழவேண்டும் என்று ஆசைப்பட்டுக்கொண் டிருக்கிறேன். திருமணம் என் கனவு. திருமணம் என் இறைவன்... வானவர்கள், குர்ஆன், பைபிள். திருமணம் நமது குழந்தைகள்... வாழ்க்கையில் ஒன்றாக இணையும் நீயும் நானும்.

அப்பாவித்தனமாகப் பேசுகிறாய். கற்பு, பத்தினித்தன்மை இவையெல்லாம் என்னவென்று தெரியுமா உனக்கு? இந்த வார்த்தைகள் எல்லாமே ஒருவித அச்சுறுத்தல். கைவிலங்கு களின், சங்கிலிகளின் ஓசை. சிறைச்சாலை! இந்தச்

சிறைகளில் அடைக்கப்பட்டுள்ள மனிதர்கள் தாங்கள் அனுபவிக்கும் வேதனைகளை நினைத்துச் சிரித்துக்கொண்டிருக்கிறார்கள். 'திருமணம் என் கனவு' என்று சொல்கிறாய். அழகான எதார்த்தமான வாழ்க்கையை அனுபவித்துக்கொண்டிருக்கும்போது கனவுகள் உனக்கெதற்கு? இந்த நிஜ வாழ்க்கைதான் உன்னை என்னிடம் சேர்த்துவைக்கும். அப்புறம்... இறைவன்... வானவர்கள்... நாம் இருவரும்; படைக்கப்பட்ட காலம் முதல்... என் உள்ளத்திலும் உன் உள்ளத்திலும் காதல் மலர்ந்த நாள் முதல் இறைவன் நம்மை ஒன்றுசேர்த்துவிட்டான்; குழந்தைகள்!

வாழ்க்கை, அட அறிவுகெட்டவளே! நாம் இருவரும் ஏன் மூன்றுபேர்களாக... நான்குபேர்களாக ஆகவேண்டும் என்று விரும்புகிறாய்? நமக்கென ஒரு வாழ்க்கை இருக்கும்போது மற்றவர்களுக்காக இன்னொரு வாழ்க்கையை நாம் ஏன் உருவாக்க வேண்டும்? நீ உயிரைப் படைக்கும் இறைவன் என்று உன்னிடம் சொன்னது யார்? அது வடிகட்டிய முட்டாள்தனம். பெண்களை ஏமாற்றும் வித்தை. உயிர்களைப் படைக்கும் இறைவனாக ஆவதற்காகவா குழந்தைகளைப் பெற்றெடுக்க நினைக்கிறாய்? அது அவர்களுக்கும் தேவையில்லை. அவர்கள் நம் வாழ்க்கைக்கும் தேவையில்லை. முதலில் நான் சொல்வதை நம்பு. கற்பு என்னும் ஆடையைவிட உன் இதயம் பரிசுத்தமானது. உன் காதலுக்குக் கிரீடம் தேவையில்லை. நான்தான். உனது வாழ்க்கை.

"திருமணம் என்பது மனித சமூகம்" அழாத குறையாக அவள் சொன்னாள்.

அப்படியானால் எல்லா மனிதர்களையும் திருமணம் செய்துகொள்வாயா?

டேய்! இந்தக் கிண்டல் பேச்செல்லாம் வேண்டாம்! திருமணம் செய்தால்தான் நாம் மனிதர்களாக வாழமுடியும். இதுதான் மனித நியதி. ஒட்டுமொத்த மனித சமூகம் ஏற்படுத்தியுள்ள நியதி.

நாம் திருமணம்செய்யாவிட்டால்?

மிருகங்கள்... மிருகங்கள் ஆகிவிடுவோம்; மிருகங்கள் திருமணம் செய்துகொள்ளாது.

அவன் தனது ஒரு கையை பேண்ட் பாக்கட்டில் வைத்துக்கொண்டு சிகரெட் பிடித்தபடி நக்கலாக: நாம் இருவரும் பூனைகளாக, புறாக்களாக... அல்லது குரங்குகளாக இருந்திருந்தால் எவ்வளவு நன்றாக இருந்திருக்கும்? உனக்கு ஒரு விஷயம் தெரியுமா? மிருகங்கள் மனிதர்களைவிட எவ்வளவோ மேலானவை. மிருகங்களிடம் நயவஞ்சகம் கிடையாது; அதனால் அவை திருமணம் செய்துகொள்வதில்லை.

நீ ஒரு கோழை. இரகசியமாக வாழ்க்கை நடத்த நினைக்கிறாய். திருமணம் செய்துகொண்டு சமூகத்துடன் வாழ உனக்குப் பயம். இரகசியமாகக் காதலிக்க விரும்புகிறாய். இந்தச் சமூகத்திற்கு மத்தியில் காதலை வெளிப்படுத்த உனக்குத் தைரியமில்லை. லைசென்ஸ் இல்லாமல் காரை ஓட்ட நினைக்கிறாய். காவல்துறையினருக்குப் பயந்து வாழ்க்கை நடத்தத் திட்டமிடுகிறாய்.

"நானா? நானா கோழை? எங்கே உன் மனித சமூகம்? எல்லாரையும் கூப்பிடு... நேருக்கு நேர் அவர்களைச் சந்திக்கிறேன்" ஆவேசமாகச் சொன்னான்.

வா... என்னோடு வா.

அவனை எங்கோ அழைத்துச்சென்றாள். அங்கே அவளைப் பார்த்துத் திகைத்தபடி: "இவர் யாரு?" என்றான்.

இவர்தான் மனித சமூகம்.

அதுவொரு திருமணப் பதிவு அலுவலகம்.

திருமணம் முடிந்தது.

●

நான் எனும் பலர்

பைத்தியம் பிடித்துவிடும் போலிருக்கிறது. நான் யார், தெரிந்தாக வேண்டும்?

'நான்' இந்த வார்த்தைக்குச் சொந்தக்காரன் யார்? அவனைப் பார்க்க வேண்டும். அவனுடன் பழக வேண்டும். நினைவுகள் வரைகின்ற சித்திரங்களை விவாதிக்க வேண்டும். நிகழ்காலம், வருங்காலம், நன்மைகள் தீமைகள் எல்லாவற்றையும் அவனுடன் பகிர்ந்துகொள்ள வேண்டும்.

சரி... கொஞ்சம் நிதானமாகப் பேசுவோம். புதிதாக இந்தக் கேள்வியை என்னிடம் கேட்கிறேன்: நான் யார்?

'நான் முஸ்லிம், கோடிக்கணக்கான முஸ்லிம்கள் இருக்கிறார்களே! இது எனக்கு மட்டுமேயுரிய அடையாளம் இல்லையே!'

'நான் அரேபியன்.... எகிப்தியன் இலட்சக்கணக்கான எகிப்தியர்கள் இருக்கிறார்களே! இவர்களில் நான் யார்?'

'என் பெயர் அப்துல்லாஹ் பின் அப்துல் தவ்வாப் பெயர் என்பது வீட்டு எண்ணைப் போன்றதுதானே! வீட்டு எண்ணால் பெயருக்குச் சொந்தக்காரனையோ, அவனுடைய பண்புகளையோ தெரிந்துகொள்ள முடியாதே! சிறைக் கைதிகள், ராணுவ வீரர்களின் எண்கள் மாற்றப்பட்டுக் கொண்டிருக்குமே தவிர பண்புகள் மாறுவதில்லை! குணங்களில் மாறுதல் ஏற்படுவதில்லையே! பெயர் என்பது முகவரி. நான் முகத்தைத் தேடுகிறேன். நான் யார் என்பதைத் தேடிக்கொண்டிருக்கிறேன்.'

'1942இல் கலைக்கல்லூரியில் தத்துவவியல் துறை யில் பட்டம்பெற்றவன் நான். என்னுடன் பத்துக்கும் மேற்பட்டவர்கள் பட்டம் பெற்றிருக்கிறார்களே! அவர்கள் எல்லாரும் நான் இல்லையே?'

நான் யார் ...?

தயவுசெய்து கொஞ்சம் அமைதியாக என்னைப் பேசவிடுங்கள்.

ஆபத்தான ஒரு விஷயத்தைக் கண்டுபிடிக்க முயற்சிசெய்கிறேன். நான் யார் என்பதைக் கண்டுபிடிக்க முயற்சிசெய்கிறேன்...

புதிதாகத் தொடங்குவோம்...

ஒருவர் என்னை அப்துல்லாஹ் பின் அப்துல் தவ்வாப்; அரேபிய முஸ்லிம்; எகிப்தியன். கலைக்கல்லூரியில் பட்டம்பெற்றவன் என்று அழைக்கும்போது எனது தலை அழைப்பவனை நோக்கித் திரும்புகிறது. அவன் பக்கம் திரும்பியவன் யார்? என் உடலுக்குள் வசிக்கும் ஒருவன்தான் அவனைத் திரும்பிப்பார்க்குமாறு ஆணையிடுகிறான்; தலையை அவன் பக்கம் திருப்பக் கட்டளையிடுகிறான்; நானும் தலையைத் திருப்புகிறேன்; இப்படித்தான் நான் உணர்கிறேன்.

கட்டளையிடும் அவன் யார்...?

இறந்தவரின் இறுதி ஊர்வலம் செல்லும்போது கைகளை உயர்த்தி, பிரார்த்தனை செய்ய எனது உதடுகளை அசைத்தவன் யார்? திருமண ஆசையை ஏற்படுத்தி என் மனைவியைத் தேர்ந்தெடுத்தவன் யார்? கலைக்கல்லூரியில் சேரும்படித் தூண்டியவன் யார்? நான் இப்படி யெல்லாம் எழுதுவதற்கு ஆணையிட்டது யார்?

அவன் யார்...?

அவன் என் உடலுக்குள் இருப்பதாகவே உணர்கிறேன்; அவனை எனக்குத் தெரியாது, பார்த்ததுமில்லை.

அழுக்குப் படிந்த கெட்டியான துணியால் செய்யப்பட்ட கூண்டைப் போல் என் உடல். அதன் சுவர்களுக்கிடையே ஓர் உயிர். சில நேரம் அது பறவை; சில நேரம் கொன்று தின்னும் மிருகம்.

உங்களுக்கும் இதுபோன்ற உணர்வு வருகிறதா?

உங்கள் உடல்களுக்குள்ளும் ஒருவன் இருக்கின்றான். அவனை 'நான்' என்று அழைக்கும் அனுபவம் உங்களுக்கும் ஏற்படுகிறதா?

கட்டாயம் அந்த உணர்வு உண்டாகும்!

அப்படியானால் என் உடலில் இருக்கும் ஒருவன்தான் 'நான்' என்பதை நீங்களும் ஒப்புக்கொண்டுவிட்டீர்கள்.

அவன் யார் என்பதைக் கண்டுபிடிப்பது மட்டும்தான் இப்போதைக்கு நம் வேலை.

கொஞ்சம் பொறுங்கள், அவன் ஒருவனா?

நேற்று நடந்த ஒரு அனுபவத்தைச் சொல்கிறேன் கேளுங்கள்:

வெள்ளிக்கிழமை; விடுமுறைநாள். வீட்டில் உட்கார்ந்து கொண்டிருந்தேன். சட்டென தேநீர் விடுதிக்குச் செல்லலாம். பத்திரிகை படிக்கலாம். சட்டை வாங்க 'அல்மூஸ்கி' சாலைக்குப் போகலாம்; ஒரே நேரத்தில் பல எண்ணங்கள்.

இத்தனை வேலைகளை ஒரே நேரத்தில் செய்ய நினைப்பவன் ஒருவனா அல்லது பலரா?

கண்டிப்பாக அவர்கள் பலராகத்தான் இருக்க முடியும்.

ஒருவன் தேநீர் விடுதிக்குச் செல்ல நினைக்கிறான். இன்னொருவன் பத்திரிகை படிக்க விரும்புகிறான். மற்றொருவன் சட்டை வாங்க எண்ணுகிறான்.

என் உடலில் இந்த மூவரிடையே பெரும் போராட்டமே நடக்கிறது. அவர்கள் ஒவ்வொருவரும் மற்றவரை வெல்ல நினைக்கிறார்கள். என்னை, என் உடலை வென்று அவர்கள் நினைத்ததை நான் செய்ய வேண்டும் என விரும்புகிறார்கள்.

அந்தப் போராட்ட வேளையில் அமைதியாக இருந்தேன். தேநீர் விடுதிக்குச் செல்லவில்லை. பத்திரிகை படிக்கவும் இல்லை. சட்டை வாங்க கடைக்குப் போகவுமில்லை. போராட்டத்தில் எவன் வெற்றி பெறுகிறானோ அவன் சொல்வதைச் செய்வோம் எனக் காத்திருந்தேன்.

அந்தப் போராட்டத்தில் திடீரென ஒருவன் உள்ளே நுழைந்தான்... தொழவேண்டும் என்றான்.

போராட்டம் தீவிரமடைந்தது. இறுதியில் தொழ நினைத்தவன் வெற்றிபெற்றான். நான் உட்கார்ந்திருந்த இடத்திலிருந்து என் கால்கள் நகர்ந்தன. தொழ ஆரம்பித்தேன். மற்ற மூவரும் விட்டபாடில்லை. தொந்தரவுசெய்துகொண்டேயிருந்தார்கள். தேநீர் விடுதிக்குச் செல்ல வேண்டும், பத்திரிகை படிக்கவேண்டும், சட்டை வாங்கப் போகவேண்டும், எண்ணங்கள் வரிசையாய் வந்துகொண்டேயிருந்தன.

'நான்' என்பவன் பலர்...

நான் சொல்வது புரிகிறதா?

இதே உணர்வு உங்களுக்கும் ஏற்படுகிறதா?

இன்னொரு நிகழ்வையும் கூறுகிறேன் கேளுங்கள்.

சில நாட்களுக்கும் முன்பு 'அல்ஹுசைன்' பள்ளிவாசலில் இருந்தேன். எங்கள் பக்கத்து வீட்டுக்காரர் முஹம்மது மத்பூலி பள்ளிக்குள் வந்து தொழ ஆரம்பித்தார். அவர் ஒரு மளிகைக்கடைக்காரர். ரொம்பவும் பயபக்தியோடு தொழுதுகொண்டிருந்தார். தொழுது முடித்ததும் பள்ளிவாசல் ஓரத்தில் ஒரு தூணில் சாய்ந்து உட்கார்ந்தார். குர்ஆனை எடுத்து ஓத ஆரம்பித்தார். கோபத்தை அடக்கிக்கொண்டு அவரைக் கவனித்துக்கொண்டிருந்தேன்.

இந்த 'மத்பூலி'யை எனக்கு நன்றாகத் தெரியும்; பெரிய திருடன். கடைக்கு வருபவர்களிடம் எடையைக் குறைத்து வியாபாரம் செய்யும் மோசடிப் பேர்வழி. வீட்டிலோ காட்டுமிராண்டி. ஒவ்வொரு நாளும் இரத்தம் வரும் அளவிற்கு மனைவியை அடித்துக் கொடுமைப்படுத்துவான். இப்படிப்பட்ட பெரிய அயோக்கியன், திருடன், காட்டுமிராண்டிக்குப் பள்ளிவாசலில் என்ன வேலை?

கிறுக்கி

மத்பூலியை அயோக்கியன் என்று ஏன் சொல்ல வேண்டும்?

என்னைப் போல அவனுக்குள்ளும் பலர் இருக்கலாம்தானே! ஒருவர் தொழுவார்; மற்றொருவர் திருடுவார்; இன்னொருவர் மனைவியை அடிப்பார்.

என்னைவிட மத்பூலியின் விஷயம் ரொம்பத் தெளிவானது. அவனுக்குள் இருக்கும் மூன்றுபேரையும் கண்கூடாகப் பார்க்கிறீர்கள். பயபக்தியுள்ளவனைப் பள்ளிவாசலில்... திருடனை மளிகைக்கடையில். காட்டுமிராண்டியை வீட்டில் பார்க்கிறீர்கள்!

முடிவுதான் என்ன?

இதுதான் நான் கண்டறிந்த முடிவு: நான் என்பவன் ஒருவன் அல்ல... பலர்.

நான் என்பவன் தனி ஒருவன் அல்ல... ஒரு சமூகம்...

ஒருவன் தன்னைச் சுற்றியுள்ள ஒரு சமூகத்திலும் வாழ்கிறான். அவனுக்குள் இன்னொரு சமூகத்திலும் வாழ்கிறான்.

இறைவனைத் தவிர 'ஒருவன்' யாருமே இல்லை.

ஒருவன் என்பது 'எண்'. அது ஒரு 'சமூகம்'; ஒருடலில் வாழும் சமூகம்.

இப்படி சொன்னால் பொருத்தமாக இருக்கும்:

'எங்கள் பெயர் அப்துல்லாஹ் பின் அப்துல் தவ்வாப். நான் மிகைப்படுத்திச் சொல்லவும் இல்லை, எனக்குப் பைத்தியமும் இல்லை.

எனக்குள் வாழும் சமூகத்திற்குத்தான் நான் என்று பேரிடப்பட்டிருக்கிறது. அந்தச் சமூகம் என்னைச் சுற்றியிருக்கும் பெரிய சமூகத்துடன் இணைந்திருக்கிறது. இதுதான் உண்மை.

மீண்டும் ஒருமுறை புதிதாக அலசுவோம். நான் எனும் சமூகம் இறைவனுடைய எல்லாப் படைப்புகளையும் கொண்ட பெரிய சமூகத்துடன் எவ்வாறு இணைந்திருக்கிறது என்பதைத் தெளிவாகப் புரிந்து கொள்ளலாம்:

தேநீர் விடுதிக்குப் போக நினைப்பவன் மக்களோடு சேர்ந்து வாழவேண்டும் என்ற சமூகத் தேவையை வெளிப்படுத்துகிறான்.

பத்திரிகை படிக்க விரும்புபவன் பிற மனிதர்களின் செய்திகளையும் சிந்தனைகளையும் அறிந்துகொள்ள வேண்டும் என்ற சமூக அக்கறையை எடுத்துக்காட்டுகிறான்.

சட்டை வாங்க ஆசைப்படுபவன், தொழிலாளர் வர்க்கத்திற்குத் தலைவணங்குகிறான். நெசவுத் தொழிற்சாலைகளை உருவாக்கி, ஆடைகளை வடிவமைக்கும் சமூகத்திற்கு மரியாதை செய்கிறான்.

தொழ நினைத்தவன் பலகோடி மக்களைக்கொண்ட ஒரு சமூகத்தின் சமயத்திற்குக் கட்டுப்படுகிறான்.

'நான்' என்பவன் 'சமூகத்தில்' வாழும் 'சமூகம்'.

அவன் ஒருவன் அல்ல,

தனி ஆளல்ல,

நான் கண்டுணர்ந்தது என்னவென்று புரிகிறதா?

இவற்றையும் அறிந்துகொண்டேன்.

தனி மனிதப் பிரச்சினைகள் என்று எதுவும் இல்லை.

தனி மனித வறுமை, தனி மனித நோய், தனி மனித அச்சம், தனி மனிதச் சுதந்திரம் என்று எதுவும் இல்லை. இங்கு யாருமே தனி மனிதன் இல்லை. எல்லாமே ஒட்டுமொத்தச் சமூகத்தின் பிரச்சினைகள்தான். ஏனென்றால் நான் ஒரு சமூகம்!

நான் சொல்வது அறிவுக்குப் பொருத்தமாக இருக்கிறதா?

எப்போது வேண்டுமென்றாலும் சொல்வேன்.

இதைச் சொன்னால் 'பைத்தியக்காரன்' என்பார்கள்.

யார் இப்படி திட்டுபவர்கள்?

எனக்குத் தெரியும்... எனக்கு நன்றாகத் தெரியும்.

●

தற்செயல்

அவனுடைய வாழ்க்கையில் நிகழ்ந்த, நிகழவிருக்கிற எல்லாவற்றிற்கும் காரணமே தற்செயல்தான் என்று எப்போதும் வாக்குவாதம் செய்துகொண்டே இருந்தான். அவன் சட்டக் கல்லூரியில் சேர்ந்தது, படிப்பை முடித்து விட்டு வழக்கறிஞர் உஸ்தாத் ரஹ்மியின் அலுவலகத்தில் வேலைக்குச் சேர்ந்தது, இப்ராஹீம் என்பவரைச் சந்தித்தது, அவர் அவனை வழக்கறிஞர் வேலையை விடச்சொல்லி தொழில் ஒப்பந்தங்களில் ஈடுபடுத்தியது, சோள ஒப்பந்த வியாபாரத்தின் மூலம் பத்தாயிரம் ஜுனைஹ்* சம்பாதித்தது, செல்வாக்குள்ள இளைஞனாக உருவானது எல்லாமே தற்செயல்தான் என்று வாக்குவாதம் செய்துகொண்டே இருந்தான்.

அல்ஜஸீரா கிளப்பில் ஹியாம் என்ற இளம்பெண்ணுக்கு எதிரில் அவளுடைய கவனத்தைத் தன்பக்கம் திருப்பும் வகையில் உட்கார்ந்திருந்தான். ஒருவாரம் சென்றுவிட்டது. தற்செயல் அவளை அவனிடம் சேர்த்துவிடும் என்ற நம்பிக்கையில் ஒவ்வொரு நாளும் அவளது பார்வை படும்படி உட்காருவான். ஆனால் அவள் அவனைக் கண்டுகொள்ளவில்லை. ஒன்று அல்லது இரண்டுமுறை அவள் அவனைப் பார்த்திருப்பாள், அவ்வளவுதான்.

அதன்பிறகு வழக்கமான இருக்கையில் உட்காராமல் அவளுக்குக் கொஞ்சம் பக்கத்திலுள்ள ஓர் இருக்கையில் உட்கார ஆரம்பித்தான். அப்போதாவது தற்செயல் அவளை அவன் பக்கம் திருப்புகிறதா என்று பார்க்கலாம் என்ற எதிர்பார்ப்பில்! இப்படியே ஒருவாரம் நடந்தது. ஆனால் எந்தப் பலனும் இல்லை. ஒரே ஒருதடவை மட்டும் அவள் அவனைப் பார்த்தாள். மற்றபடிச் சிரிக்கவோ பழகத் தொடங்கவோ ஒன்றும் நடக்கவில்லை.

---

* 'ஜுனைஹ்' என்பது எகிப்திய பவுண்ட்.
 ஒரு எகிப்திய பவுண்ட் இந்திய பணமதிப்பில் ரூ. 4.73

அவள் தோழிகளுடன் என்ன பேசுகிறாள் என்பதைத் தெரிந்து கொள்ள அவளுக்கு அடுத்த மேசையில் உள்ள இருக்கையில் உட்கார்ந்தான். அப்போதும் அவள் அவனைப் பார்த்துச் சிரிக்கவும் இல்லை; அவனுடன் பழகுவதற்கான எந்த அறிகுறியும் தெரியவில்லை. அவர்கள் இணைவதற்குத் தற்செயல் அசைந்துகொடுக்கவில்லை.

ஒருமுறை அவளுடைய கைப்பை கீழே விழுந்தது. வேகமாக அதை எடுத்துக்கொண்டு அவளுக்கு முன்னால் போய் நின்றான். இந்த முறை தற்செயல் அவனுக்குக் கைகொடுக்கும் என்று நம்பினான். ஆனால் அவள் பையை வாங்கிக்கொண்டு 'மெர்ஸி' என்று பிரஞ்சு மொழியில் நன்றிசொல்லிவிட்டு முகத்தைத் திருப்பிக்கொண்டாள்.

சில நாட்களுக்குப் பிறகு அவள் தன் தோழிகளிடம் அடுத்த நாள் காலை எட்டு மணிக்கு அலெக்சாண்ட்ரியாவிற்கு இரயிலில் போவதாகப் பேசிக்கொண்டிருந்ததைக் கேட்டான்.

இரயில் நிலையத்தில் டிக்கெட் வாங்க கவுண்டரில் நின்று கொண்டிருந்தான். அப்போது அவளுடைய டிரைவர் ஏசி கோச்சிற்கு டிக்கட் வாங்கிக்கொண்டிருந்தான். இதைக் கவனித்த அவன் அவளுக்குப் பக்கத்துச் சீட்டுக்கு ஒரு டிக்கெட் எடுத்தான்.

இரயிலில் ஏறி ஹியாம் வரட்டும் என்று நின்றுகொண்டிருந்தான். அவள் வந்ததும் ஒன்றும் தெரியாதவனைப்போல "எவ்வளவு அழகான தற்செயல்" என்று ஆச்சரியத்தோடு சொன்னான்.

அவளும் புன்னகைத்தபடித் தலையசைத்துவிட்டு வேகமாக அவளுடைய சீட்டிற்குச் சென்றாள். அவளுக்குப் பக்கத்தில் அமர்ந்தான்.

"அழகான தற்செயல்! உங்களுக்குப் பக்கத்திலேயே எனக்கு சீட் கிடைத்திருக்கிறது" என்றான்.

மீண்டும் அழகாகப் புன்னகைத்தவாறு தலையசைத்தாள்.

அவளிடம் மெதுவாகப் பேச்சுக்கொடுத்தான். அவளும் பதிலுக்குப் பேசினாள். ஒருபக்கம் அவள் பேச்சை நிறுத்தும்போது மறுபக்கம் அவன் பேச்சைத் தொடர்ந்தான். அலெக்சாண்டரியா வந்ததும் ஒரு சின்ன புன்னகையோடு அவள் சென்றுவிட்டாள். தற்செயல் தொடர்ந்து பிடிவாதம் பிடித்தது.

நண்பர்கள் ஒவ்வொருத்தரையும் சந்தித்து ஒருவழியாக அவளுடைய தந்தை யார் என்று கண்டுபிடித்துவிட்டான். நல்ல வருமானம் கிடைக்கும் ஒரு தொழிலில் அவனுடன் சேர்ந்து தொழில் செய்ய அவரைச் சம்மதிக்கவைத்தான். அவர் அவனை வீட்டுக்கு அழைத்துச் சென்று மகளிடம் அறிமுகப்படுத்தினார். அவன் இன்ப அதிர்ச்சியில் கத்தினான்.

எவ்வளவு அழகான தற்செயல்!

அவள் முகத்தில் ஆனந்தப் புன்னகை. அவளை அடைய அவன் எவ்வளவு பாடுபட்டான் என்று அவளுக்குத் தெரியும்.

பேரானந்தம் அவளுக்கு.

இருவரும் திருமணம் செய்துகொண்டார்கள்.

ooo

கிளப்பில் எங்களிடம் அவனுடைய கல்யாணக் கதையைச் சொல்லிக் கொண்டிருந்தான்:

எல்லாமே தற்செயல்தான். கிளப்பில் அவளைப் பார்த்தது தற்செயல், இரயிலில் அவளைச் சந்தித்தது தற்செயல், அவளுடைய தந்தையின் அறிமுகம் கிடைத்தது தற்செயல், இருபத்துநான்குமணி நேரத்திற்குள் அவளைத் திருமணம் செய்தது தற்செயல். மொத்தத்தில் எல்லாமே தற்செயல். சகோதரர்களே! வாழ்க்கையே ஒரு தற்செயல்.

பதின்பருவம்

தற்போது பதின்பருவத்தைப் பற்றி அதிகமாக விவாதம் செய்கிறீர்கள். பதின்பருவச் சிறுவர்கள் கெட்டுப்போகிறார்கள். சினிமா அவர்களைச் சீரழிக்கிறது. செக்ஸ் கதைகளைப் படித்துக் கெட்டுக் குட்டிச்சுவராகப் போகிறார்கள். பெற்றோரின் கவனக்குறைவால்தான் தவறுசெய்கிறார்கள் என்றெல்லாம் விவாதம் செய்கிறீர்கள். அத்தோடு விட்டீர்களா? புதிய புதிய காரணங்களைக் கண்டுபிடிக்கிறீர்கள். 'அறிவாளி', 'சீர்த்திருத்தவாதி' என்று மக்கள் உங்களைப் பாராட்டவேண்டும். இதுதான் உங்கள் ஒவ்வொருவரின் ஆசையும் முயற்சியும்.

மன்னித்துக்கொள்ளுங்கள், நீங்கள் அனைவரும் மடையர்கள்; அல்லது போலி அறிவாளிகள்.

நானும் பதின்பருவச் சிறுவனாகத்தான் இருந்தேன். மன்னிக்கவும், இப்போதும் அப்படித்தான் இருக்கிறேன்.

நானும் கெட்டுப்போனவன்தான். நீங்கள் சொல்லக் கூடிய எல்லாக் கெட்ட குணங்களும் அடையாளங்களும் என்னிடம் இருக்கின்றன. நான் அயோக்கியன்தான். அதீதக் காமம், தவறான நடத்தை, தேவையில்லாத பிரச்சினைகளில் ஈடுபடுவது இந்த எல்லா கெட்ட குணங்களும் என்னிடமும் உண்டு. இதில் பெருமையொன்றுமில்லை.

நான் கெட்டுப்போனதற்கு என்ன காரணம் என்று எனக்கு நன்றாகவே தெரியும். உங்கள் அறிவு கண்டுபிடித்த காரணங்களில் ஒன்றுகூட அதில் இல்லை. எப்போதாவது சினிமாவுக்குப் போவேன். கடைசியாகப் பார்த்த படம் 'காலித் பின் வலீத்'. இஹ்சான் அப்துல் குத்தூஸின் கதை களைப் படிக்கவே மாட்டேன். கதைகள் படிக்கும் பழக்கம் அறவே கிடையாது. ஒருமுறை தாஹா ஹுசைன் எழுதிய 'ஷஜரத்துல் புஉஸ்' கதையைப் படிக்கத் தொடங்கினேன். நான்குப் பக்கங்களுக்கு மேல் படிக்க முடியவில்லை. நான்

வளர்ந்த சூழலில் பணப் பிரச்சனையோ மன அழுத்தமோ அறவே இல்லை. என் தந்தை நல்ல மனிதர். மென்மையாகப் பழகுவார். என்மீது அதிக அக்கறை காட்டுவார். முரட்டுத்தனமாக நடந்துகொள்ளமாட்டார். எனது தவறுகளை அமைதியாகச் சுட்டிக்காட்டுவார். அம்மா தங்கமானவர், அன்பால் அரவணைப்பவர்.

பதினாறு வயதுவரை நல்ல பையனாகத்தான் இருந்தேன். எல்லாத் தேர்வுகளிலும் வெற்றிபெறுவேன். 'செஸ்' விளையாடுவேன். உடற்பயிற்சி செய்வேன். கிளப்பில் ஸ்குவாஷ் விளையாட்டில் நான்தான் ஹீரோ.

டென்னிஸ், கூடைப்பந்து, கால்பந்து, கைப்பந்து எல்லாமே விளையாடுவேன். நீச்சல் போட்டிகளிலும் கலந்துகொள்வேன்.

'சுஆத் சூசூ' என்ற பெண்ணை விரும்ப ஆரம்பித்தேன்.

அவளுக்குப் பதினைந்து வயது. என்னைவிட ஒரு வயது சிறியவள். பழக இனிமையானவள். தைரியமான பெண். எப்படி முத்தமிட வேண்டும் என்பதை அவள்தான் கற்றுத்தந்தாள். நான் முத்தமிட்ட முதல் பெண்ணும் அவள்தான்.

சூசூவுக்கும் என்னைப் பிடிக்கும்.

அவளது காதலை நான் சந்தேகப்பட்டதே கிடையாது.

தினமும் பள்ளிக்கூடம் விட்டதற்குப் பிறகு கிளப்பில் சந்திப்போம். நான் ஸ்குவாஷ் விளையாடுவதைப் பார்க்க வருவாள். அவளுக்காகவே விளையாடுவதைப் போன்ற ஓர் உணர்வு எப்போதும் என் மனத்தில் இருக்கும். அவள் இருக்கும்போது யாரிடமும் தோற்கமாட்டேன். இதனால் கிளப்பிற்கு வரும் மற்ற பெண்களுக்கு முன்னால் நாங்கள் பந்தா காட்டுவோம். விளையாடி முடித்ததும் உடை மாற்றும்வரை எனக்காகக் காத்திருப்பாள். பிறகு கிளப்பில் உள்ள மற்ற மைதானங் களுக்குச் செல்வோம். சில சமயம் நண்பர்களுடன் அரட்டை அடிப்போம். பிறகு நாங்கள் மட்டும் ரொம்ப நேரம் பேசிக்கொண்டிருப்போம். எவ்வளவு நேரம் பேசினாலும் பார்த்தாலும் இன்னும் பேசவேண்டும், பார்த்துக்கொண்டேயிருக்கவேண்டும் என்று மனம் ஏங்கும்.

இப்படியே ஒரு வருடம் எங்கள் காதல் நல்லபடியாகச் சென்றது.

ஒருநாள் கிளப்பில் சூசூ வேறொரு இளைஞனுடன் நின்று கொண்டிருந்ததைப் பார்த்தேன். அவனை எனக்குத் தெரியும். கிளப்பில் மதுஅருந்துவதைப் பார்த்திருக்கிறேன். முப்பது வயதிருக்கும். சின்னதாக ஒரு மீசை. 'செவ்ரோலட்' காரில் வருவான்.

"சூசூ ஏன் அவன்கூட நிற்கிறாள்?"

அவர்கள் பேசி முடிக்கும்வரை காத்திருந்தேன். அவர்களுக்கருகில் சென்று பேசவோ அல்லது சூசூவைக் கூப்பிடவோ துணிச்சல் வரவில்லை; ஏனென்று தெரியவில்லை.

நீண்ட நேரம் காத்திருந்தேன்.

ஒருவழியாக வந்தாள். வழக்கத்திற்கு மாறாக மேலே பார்த்து உற்சாகத்துடன் ஆடி அசைந்து நடந்து வந்தாள். உதட்டில் வித்தியாசமான புன்னகை... சிறுவனிடம் கேட்பதைப் போல ஆச்சரியமான தொனியில் கேட்டாள்: "ஜலால் எப்படியிருக்கே? ஸ்குவாஷ் விளையாடலையா?"

ஏதோ ஒன்று அவளிடம் காணாமல் போயிருந்தது. அவளது கண்களில் அதைத் தேடினேன், நரம்புகள் புடைத்தன.

"நீ ஒருவனுடன் நின்றுகொண்டிருந்தாயே, அவன் யார்?"

"அவனா?... அவன் முஹம்மத்... தெரியுமா உனக்கு?"

ரொம்பச் சாதாரணமாகக் கேட்டாள்.

என் கண்கள் அவளுடன் சண்டையிட்டன.

"ம்ம்... தெரியும்... ஏன் அவனுடன் நின்றுகொண்டிருந்தாய்?"

தோள்களை உயர்த்தி, நெற்றியில் விழுந்த முடியை அகற்றியபடி சொன்னாள்: "அவன் என் அண்ணனுடைய நண்பன்."

நான் கொஞ்சம் எரிச்சலுடன் "அவனுக்கு உன் அப்பா வயது..."

"இதோ பாரு, நான் ஒன்றும் சின்னப் பொண்ணு இல்லை. எனக்குப் பதினேழு வயது. அவனுக்கு என் அப்பா வயதெல்லாம் இல்லை. என் அண்ணனுடைய ப்ரெண்ட். முப்பது வயதே இன்னும் ஆகல!"

அவள் அப்படி என்னிடம் கோபமாகப் பேசியது முதல்முறை.

நீண்ட நேரம் எங்களுக்குள் சண்டை நடந்தது. எல்லாவற்றிற்கும் காரணம் முஹம்மத். சண்டையை நிறுத்த சூசூவிற்கு வழி தெரியும். ஒரே வழி, முத்தம். நான் ஸ்குவாஷ் விளையாடுவதைப் பார்க்க அவள் வருவதற்குக் காரணமே, நான் வெற்றிபெற்றால் மற்ற பெண்களுக்கு முன்னால் பந்தா காட்டலாம் என்பதற்காகத்தான்.

கிளப்பில் இறுதிப்போட்டி நடைபெறும் நாள் வந்தது. போட்டி தொடங்குவதற்கு முன்புவரை சூசூவைக் காணவில்லை. ஜெர்ஸியை அணிந்து மைதானத்திற்குச் சென்றேன். அவளுக்காகக் காத்திருந்தேன். அவள் வரவில்லை. மைதானத்தில் விளையாடத் தயாராக இருந்தேன். அப்போதும் அவள் வரவேயில்லை. அவள் இல்லாமல் என்னால் வெற்றிபெறமுடியாது, விளையாடவே முடியாது. வேகமாக மைதானத்தி லிருந்து வெளியேறினேன். எல்லோரும் கூச்சல் போட்டார்கள்; கண்டு கொள்ளவில்லை. ஸ்குவாஷ் மட்டையைப் பிடித்தபடி கிளப்பில் உள்ள பூங்காவிற்கு அவளைத் தேடிச்சென்றுகொண்டிருந்தேன்; தொலைவில் அவள்.

முஹம்மதுடன் கார் நிறுத்துமிடத்திற்குச் சென்றுகொண்டிருந்தாள்..

காரில் அவனுக்கருகில் உட்கார்ந்தாள்; கார் புறப்பட்டது; வெகுதூரம் சென்றது.

ஸ்குவாஷ் மட்டையைத் தூக்கி வீசினேன். ஜெர்ஸியை மாற்றாமலேயே கிளப்பில் இருந்து வெளியே வந்தேன். பயங்கரமான காட்டுமிருகத்தைப் பார்த்துப் பயந்தவனைப்போல வேகமாக நடந்தேன். தலையில், இதயத்தில், கண்களில் நெருப்பு. என்ன செய்யலாம்? முஹம்மதைப் பழிவாங்கலாமா? கொலைசெய்துவிடலாமா? அல்லது நைல் நதியில் விழுந்து தற்கொலைசெய்துகொள்ளலாமா? என்ன செய்யலாம்?

வீட்டுக்கு வந்து கட்டிலில் கிடந்து அழுதேன். நீண்ட நேரம் அழுதேன். அழுவதை நிறுத்திவிட்டு எனக்கு நானே கேட்டேன்: "அப்படியென்ன சூசூவிற்கு முஹம்மதுவிடம் பிடித்திருக்கிறது? அவன் பெரிய பையன் என்பதாலா?"

"நானும் பெரியவன்தான். முஹம்மத் மாதிரி எனக்கு மீசை இல்லை, அவ்வளவுதான்..." கண்ணாடியில் முகம் பார்த்தேன். இரண்டு நாளைக்கு ஒருமுறை மீசையையும் தாடையையும் மழிப்போம். ஒருவாரம் சென்றால் தாடி, மீசை வந்துவிடும்!

காத்திருந்தேன்.

மீசை முளைத்தது.

இனி சூசூவிற்கு முன்னால் காமப்பார்வையுடன் நிற்கவேண்டும். கிளப்பிற்குச் சென்றேன்; அவளைச் சந்தித்தேன். என் முகத்தை உற்றுப் பார்த்துவிட்டுக் கிண்டலாகக் கேட்டாள்: "என்னடா தாடி மீசையெல்லாம் வெச்சிருக்க?"

அவள் சின்னப் பெண்ணாக என் கண்களுக்குத் தெரிந்தாள்.

"பிடிக்கவில்லையா?"

"நல்லாயில்ல!"

"போகப்போகப் பழகிவிடும்."

பெரிய மனிதர்களைப்போல சிரித்தபடிச் சொன்னேன்: "ஆமா... முஹம்மது எப்படிப் பழக்கம்? போன வெள்ளிக்கிழமை, அவன்கூட காரில் உன்னைப் பார்த்தேன்?"

"அன்றைக்கு கடுமையான வயிற்று வலி. அவன்தான் என்னை வீட்டில் கொண்டு விட்டான். சரி, நீ ஏன் விளையாடல?"

"எனக்கும் அன்றைக்கு வயிற்று வலி. என்னை வீட்டில் கொண்டுவிட யாரும் கிடைக்கல" நக்கலாகச் சொன்னேன்.

"இன்றைக்கு விளையாடுகிறாயா?"

"நமக்கு மத்தியில் பெரியவன் ஒருவன் நுழைந்து எல்லாவற்றையும் கெடுத்துவிட்டான். நான் விளையாடவேண்டிய நேரம் முடிந்துவிட்டது."

"சரி... வா... பார்க்கில் உட்காரலாம்."

“நான் வரவில்லை; பாருக்குப் போகிறேன்; உன் அனுமதியோட…”

முதன்முறையாகப் பாருக்குச் சென்றேன். என்னைவிட வயதில் மூத்த நண்பர்கள் பாரில் இருந்தார்கள். அவர்களுடன் சேர்ந்து விஸ்கி குடித்தேன். முதன்முறையாகப் புகைபிடித்தேன். முதல் சிகரெட்டின் சுவையை, முதல் கோப்பை விஸ்கியின் ருசியை உண்மையிலேயே வர்ணிக்க முடியாது. அனுபவித்தால்தான் உங்களுக்குப் புரியும். நான் இப்போது முஹம்மதைப்போல ஆகிவிட்டேன். சின்ன மீசை, அவனைப் போல மது அருந்துகின்றேன்; புகைபிடிக்கின்றேன்.

சூசூ என்னிடம் திரும்ப வரவில்லை. மீண்டும் மீண்டும் பொய் சொல்லி என்னைச் சமாதானப்படுத்த அவள் விரும்பாமல் இருந்திருக்க லாம். அவளது அழகு, நேரம் எல்லாவற்றையும் முஹம்மதுவிடம் கொடுத்துவிட்டாள். அவளைவிடப் பதினான்கு வயது மூத்தவன் அவன்.

என்னால் சும்மா இருக்க முடியவில்லை.

அவளை எப்படியும் பழிவாங்கவேண்டும்.

அதற்கு ஒரே வழி, வேறொரு பெண்ணுடன் பழகவேண்டும். ஒன்றல்ல நிறைய பெண்களுடன் பழகினேன். எல்லாரையும் ஏமாற்றினேன். அவர்களைப் பார்த்து ஏளனமாகச் சிரித்தேன். பெண்களை எப்படி ஏமாற்றவேண்டும், ஏளனமாகச் சிரிக்கவேண்டும் என்று இப்போது கற்றுக்கொண்டுவிட்டேன். அவர்களை எப்படி அடைய வேண்டும், நான் அனுபவித்ததை நண்பர்களிடம் எப்படி கதைகதையாகச் சொல்ல வேண்டும், எல்லாமே எனக்கு இப்போது அத்துப்படி. சூசூவைப் பற்றி நண்பர்கள் கேட்டபோது சிரித்துவிட்டுச் சொன்னேன்: “மாப்ளே! அவள் பழசு. நமக்குப் புதுசுதான் வேணும்.”

இனி முழுசாகப் பெரியவன் ஆவதற்கு கார் மட்டும்தான் தேவை. என் வீட்டிலிருந்த காரை எடுக்க ஆரம்பித்தேன். சிலநேரம் அப்பாவுடைய அனுமதியுடன் காரை எடுப்பேன். அவர் தரவில்லையென்றால், தெரியாமல் எடுத்துச் செல்வேன். குடிக்க, சிகரெட் பிடிக்க, இரவு கிளப்பிற்குச் செல்ல நிறைய பணம் தேவைப்பட்டது. அப்பா நிறைய பணம் தருவார். ஒரு கட்டத்தில் பணம் தருவதை நிறுத்திவிட்டார். வீட்டிலுள்ள உடற்பயிற்சிச் சாதனங்களை ஒவ்வொன்றாகத் திருடி விற்க ஆரம்பித்தேன்!

ஒருவருடத்தில் நீங்கள் பத்திரிகைகளில் படிக்கும் பதின்பருவச் சிறுவர்களில் நானும் ஒருவனாகிவிட்டேன்.

அப்புறம்.

என்ன நடந்தது தெரியுமா?

ஒருநாள் சூசூ என்னிடம் வந்தாள். முஹம்மத் அவளைத் திருமணம் செய்யாமல் ஏமாற்றிவிட்டானாம். ஆறுதல் தேடி என்னிடம் வந்தாள். அப்படித்தான் நடக்கும், ஏனென்றால் அவன் பெரியவன்.

நானும் இப்போது பெரியவன்தானே…

முஹம்மதுவிற்குக் கொஞ்சமும் சளைக்காத பெரியவன்...

பெரியவர்கள் பெண்களை ஏமாற்றுவார்கள்.

நான் மட்டும் சூசுவை ஏமாற்றமாட்டேன் என்று எப்படி நம்புவீர்கள்? உங்களுக்கு என்மீது நல்ல அபிப்பிராயம் வருவது எந்த வகையில் நியாயம்? பெண்களை ஏமாற்றத் தெரியாத சின்னப் பையன் என்று என்னை நினைத்துக்கொண்டீர்களா?

நானும் அவளை ஏமாற்றினேன். முஹம்மத் ஏமாற்றியதைவிடப் பல மடங்கு!

அறிவாளிகளே! இப்போது என்ன சொல்லப்போகிறீர்கள்?

நான் பதின்பருவச் சிறுவன்; மோசமானவன்; கெட்டவன்; அப்படித்தானே!

பெரியவர்கள் மட்டும் யோக்கியமானவர்களா? அவர்களும் மோசமானவர்கள், அயோக்கியர்கள்!!

●

சொர்க்கவாசிகள்

பயந்து நடுங்கியபடி வானத்தை நோக்கிச் செல்கிறது ஒரு உயிர்.

இப்போது விசாரணை நேரம்.

அதற்குச் சொர்க்கம் கிடைக்குமா அல்லது நரகம் கிடைக்குமா? கொஞ்ச நேரத்தில் தெரிந்துவிடும்.

நீதிபதிகளிடம் என்ன சொல்வது, அவர்கள் என்ன கேட்பார்கள்?

பதற்றத்துடன் காணப்பட்ட அந்த உயிர் தனக்குத்தானே பல்வேறு கேள்விகளைக் கேட்டபடிச் செல்கிறது.

பதற்றம் அதிகரிக்கிறது, அந்த உயிர் நிறைய பாவங்களைச் செய்திருக்கிறது, சாதாரணப் பாவங்கள்தான். அவற்றைப் பற்றியெல்லாம் நீதிபதிகள் விசாரிப்பார்களோ? நரகத்திற்குச் சென்றுவிடுவோமா? இருக்காது... அந்தப் பாவங்களால் உலகத்தில் எவருக்கும் எந்தத் தீங்கும் ஏற்படவில்லையே, ஏதோ ஒரு சபலத்தில் செய்த பாவங்கள்தானே!

வானத்தில் ஒளிக் கேடயங்களைப் போல வானவர்கள் வரிசையாக நின்றுகொண்டிருந்தார்கள். அதிகாலை வெளிச்சத்தைப் போன்ற புன்னகையால் உயிரை வரவேற்றார்கள். சர்க்கரைச் சிலையைப் போன்ற ஒரு வானவர் அந்த உயிரின் கையை அன்போடு பற்றிக்கொண்டு வானத்திலுள்ள பிரமாண்டமான அரங்கிற்கு அழைத்துச் செல்கிறார். அந்த அரங்கின் தூண்கள் ஒளிக்கதிர்களால் ஆனவை.

திடீரென ஒரு கனத்த குரல். கனத்த குரல் என்றாலும் அந்தக் குரலில் அன்பும் மன்னிக்கும் பண்பும் வெளிப்பட்டது: "அடியானே. முன்னால் வா."

நடுங்கியபடி உயிர் தரையில் விழுந்து வணங்க ஆரம்பித்தது.

"அடியானே எழுந்திரு. பதற்றப்படாமல் நீதிபதிகளைப் பார்."

"அருளாளனே எனக்குக் காய்ச்சலாக இருக்கிறது." தரையிலிருந்து எழுந்து தழுதழுத்த மெல்லிய குரலில் உயிர் சொன்னது.

"நீ எந்த மதம்?"

"முஸ்லிம்."

சிறிது நேரம் அமைதியாக அந்த உயிரின் நன்மை தீமை பதிவேட்டைப் புரட்டிப்பார்த்துவிட்டு, "நீ என்னென்ன பாவங்கள் செய்திருக்கிறாய்?"

"நான் ஒரு பாவமும் செய்யவில்லை. உலகத்தில் எவருக்கும் எந்தத் தீங்கும் செய்ததில்லை."

மீண்டும் சிறிது நேரம் அமைதியாக அந்த உயிரின் பதிவேட்டை ஆழமாகப் படித்துவிட்டு, "நீ மது அருந்தியிருக்கிறாயே!"

"இறைவா, உலகத்தில் எவருக்கும் எந்தத் தீங்கும் நான் செய்ததில்லை." தழுதழுத்தக் குரலில் உயிர் பதிலளித்தது.

"பெண்களுடன் பழகியிருக்கிறாயே!"

"இறைவா, உலகத்தில் எவருக்கும் எந்தத் தீங்கும் நான் செய்ததில்லை."

"நீ ஒழுங்காக நோன்பு நோற்கவில்லை; தொழவில்லை; கவனக்குறை வாக இருந்திருக்கிறாயே!"

"இறைவா, உலகத்தில் எவருக்கும் எந்தத் தீங்கும் நான் செய்ததில்லை." அச்சத்துடன் உயிர் கூறியது

குரல் நீண்ட நேரம் அமைதியாக இருந்தது. அந்தக் குரலைப் பார்ப்பதற்காக உயிர் தனது பார்வையை உயர்த்தியபோது பிரமாண்ட மான ஒளி அதன் பார்வையை மறைத்தது. உயிரால் எதையும் பார்க்க முடியவில்லை.

குரல் தீர்ப்பை வாசித்தது: "உனக்குச் சொர்க்கம்!"

வானம் முழுவதும் தீர்ப்பு எதிரொலித்துக்கொண்டேயிருந்தது. ஆயிரக்கணக்கான பெண்கள் அரங்குகளில் குலவை எழுப்பி வாழ்த்து சொல்லிக்கொண்டிருந்தார்கள்..

இளம் வானவர் ஒருவர் நறுமணம்மிக்க ஒரு வாகனத்தில் அந்த உயிரைச் சொர்க்கத்திற்கு அழைத்துச் சென்றார்.

சொர்க்கத்தில் அங்குமிங்கும் பார்க்கிறது உயிர். சொர்க்கவாசி களில் ஒரு குழுவினருடைய முகங்கள் பிரகாசித்துக்கொண்டிருப்பதைக் கவனித்த உயிர் அவர்களிடம்: "நீங்கள் முஸ்லிம்களா?"

"இல்லை."

"கிறித்தவர்களா?"

"இல்லை."

"யூதர்களா?"

"இல்லை."

"யார் நீங்கள்?"

"அறியாமைக் காலத்திற்கு முன்பிருந்தே இங்கேதான் இருக்கிறோம். நாங்கள் மதங்கள் தோன்றுவதற்கும் முன்னால் வாழ்ந்த மக்கள்..."

உலகத்தில் எவருக்கும் எந்தத் தீங்கும் நாங்கள் செய்ததில்லை.

●

டேய்... என்னைக் கல்யாணம் பண்ணிக்கோ!

என் அன்பிற்குரியவளுக்கு,

இப்போது அதிகாலை நான்கு மணி.

நேற்று மாலை உன்னைச் சந்தித்த ஏழு மணிக்குப் பிறகு ஒரே குழப்பம். பைத்தியம் பிடித்ததைப்போல இருந்தது. ஒவ்வொரு டீக்கடையாக ஏறி இறங்கினேன். பல நண்பர்களைச் சந்தித்தேன். நடுராத்திரி சாலையில் தனியாக நடந்து சென்றேன். குளிரும் தெரியவில்லை, சூடும் தெரியவில்லை. எந்த உணர்வுமே இல்லை. எல்லாமே வந்துவந்து போனது. வெறிபிடித்ததைப் போன்ற மனநிலை. உள்ளத்திலும் மனத்திலும் பயங்கரமான சத்தம். எகிப்து நாட்டுப் பயில்வான்கள் எல்லாரும் ஒரே நேரத்தில் எனக்குள் இருப்பது போன்ற உணர்வு. அவர்கள் வெறித்தனமாகக் கத்திக் கைகளை அங்குமிங்கும் வீசி ஒருவரையொருவர் தாக்கத் தயாராகிக்கொண்டிருந்தனர். அப்படிப்பட்ட ஒரு மூர்க்கத்தனம் எனக்குள்.

இப்படியே விட்டால் சரிவராது. உடனடியாக அந்தக் கடினமான முடிவை எடுக்கவேண்டும். அப்போதுதான் வெறி அடங்கும். வேண்டாம், இந்த முடிவை எடுக்க வேண்டாம். பிராந்தியோ விஸ்கியோ குடித்துச் சமாளிக்கலாம் என்றுதான் ஆரம்பத்தில் நினைத்தேன். ஆனால் எனக்குக் குடிக்கத் தைரியமில்லை என்று உனக்குத் தெரியும். தற்கொலை செய்யலாமா என்றுகூட யோசித்தேன். அதுவும் என்னால் முடியாது. அதற்குப் பிறகுதான் கடைசியாக இந்த முடிவுக்கு வந்தேன். கடினமான இந்த முடிவுக்கு. வேகமாக வீட்டுக்குச் சென்றேன். குத்துச்சண்டைப் போட்டிக்குச் செல்வதைப்போல உதடுகளையும் கைகளையும் புருவத்தையும் விறைப்பாக வைத்துக்கொண்டேன். என் உதடுகள், கைகள், புருவங்கள் வழியாக நான் எடுத்த முடிவு வழுக்கிவிழுந்துவிடக் கூடாது என்ற பயம்.

கடினமான அந்த முடிவை உன்னிடம் சொல்லத்தான் கடிதம் எழுத உட்கார்ந்தேன்.

நான் எடுத்த முடிவு இதுதான்: நாம் நிரந்தரமாகப் பிரிந்துவிடுவோம்.

இதைப் படித்ததும் என்ன செய்வாய்? கத்துவாயா? மயங்கிக் கீழே விழுவாயா அல்லது கதறி அழுவாயா?

தயவுசெய்து கரண்டு பில்லை அல்லது துணி அயர்ன் செய்த பில்லை படிப்பதைப்போல இதையும் படித்துவிடாதே. அதிர்ச்சியில் செத்துவிடுவேன். இந்தக் கடிதத்தைப் படித்ததும் உனக்கு மயக்கம் வர வேண்டும் அல்லது கதற வேண்டும். குறைந்தபட்சம் உன் கண்களிலிருந்து இரண்டுசொட்டுக் கண்ணீராவது வர வேண்டும். இதை உடனே செய்துவிடாதே. நாம் பிரிவதற்கான காரணத்தை முதலில் கேள்.

உன்னை உயிருக்கு உயிராகக் காதலிக்கிறேன். நட்சத்திரங்கள், தலைமுடி, இதயத் துடிப்பு இவற்றின் எண்ணிக்கையைவிட அதிகமாக உன்னை நேசிக்கிறேன். இனியும் நேசிப்பேன். இது உனக்கும் தெரியும், எனக்கும் தெரியும், என் அம்மாவிற்கும் தெரியும்.

காதலில் நமக்குள் எந்தப் பிரச்சினையுமில்லை. என் காதலை நீ சந்தேகப்பட்டதில்லை. உன் காதலை நான் சந்தேகப்பட்டதில்லை.

இங்கே பிரச்சினையே கல்யாணம்தான்.

நான் உன்னைத் திருமணம்செய்துகொள்ள வேண்டும் என்று நீ எதிர்பார்க்கிறாய். இதைச் சாடைமாடையாகப் பல தடவை என்னிடம் தெரிவித்திருக்கிறாய். இதை உன்னால் மறுக்கமுடியாது.

“முஹம்மத் என்னைக் கல்யாணம் பண்ணு” என்று நீ நேரடியாக என்னிடம் சொன்னதில்லை. அது உண்மைதான். ஆனால் ‘கல்யாணம்’ என்ற வார்த்தை உன் கண்களிலிருந்து வழிந்துகொண்டேயிருந்தது. ஒருமுறை ஒரு பர்னிச்சர் கடைக்கு முன்னால் அரைமணிநேரம் நின்றுகொண்டிருந்தாய். அப்போது, “முஹம்மத் இந்த வீல் சேரைப் பாரு. இது அவ்வளவு நல்லாயில்லை. இந்தச் சேரைப் பாரு. இதில் உட்கார ரொம்ப ஆசையா இருக்கு” என்று கல்யாண ஏக்கத்தில் சொன்னாய். உனது பேச்சில் அவ்வப்போது கல்யாணக் கனவு கலந்திருக்கும். உன் தோழி ‘ஹுஸ்னியா’வின் கல்யாணத்தைப் பற்றிப் பத்துக்கும் அதிகமான தடவை சொல்லிவிட்டாய். ஒருமுறை அவளுடைய கணவர் பெயர் ‘அப்துர் ரஹீம்’ என்று சொன்னாய். மற்றொரு தடவை ‘அப்துல் சமீஅ’ என்று சொன்னாய். ஒருமுறை அவள் மாமியார் வீட்டில் இருக்கிறாள் என்றும் இன்னொரு தடவை அவள் தனிக்குடித்தனம் போய்விட்டாள் என்றும் சொன்னாய். இதையெல்லாம் நான் கேட்டபோது உண்மையிலேயே ஹுஸ்னியாவுக்குக் கல்யாணம் நடக்கவுமில்லை, ஹுஸ்னியா என்ற பெயரில் உனக்கு ஒரு தோழியே இல்லை என்ற முடிவுக்கு வந்தேன்.

இந்த மாதிரிக் கதைகளைச் சொல்லிவிட்டு, “அட லூசு! இதை எதுக்கு சொல்றேன்னு புரியுதா?” என்ற கேள்வியுடன் என்னை ஒரு பார்வை பார்ப்பாய்? நான் ஒன்றும் முட்டாள் இல்லை. நீ என்ன நோக்கத்தில்

சொல்கிறாய் என்று எனக்கு நன்றாகவே தெரியும். "நான் உன்னைக் கல்யாணம் செய்ய வேண்டுமா?" என்ற கேள்வியால் எனக்குள் பெரும் போராட்டமே வெடித்தது.

கடைசியில் 'வேண்டாம்' என்ற முடிவுக்கு வந்தேன்.

கல்யாணமெல்லாம் நமக்குச் சரிப்பட்டுவராது.

காதலோடு நிறுத்திக்கொள்வோம்.

காதலுக்கும் கல்யாணத்திற்குமிடையில் எந்த வித்தியாசமும் இல்லை என்று நீ சொல்லலாம். அது தவறு. இரண்டுக்குமிடையில் பெரிய வித்தியாசம் உண்டு.

காதல்: சுகம் . . . ஆனந்தம் . . .

திருமணம்: சுமை, அதில் பொறுப்பு அதிகம்.

காதலிக்கும்போது உன்னைச் சந்திக்கும் நாளில் மட்டும்தான் உன்னைப் பற்றிச் சிந்திப்பேன். அதற்குப் பிறகு அந்த ஞாபகம் கொஞ்சம் கொஞ்சமாக மறைந்துவிடும். மறுபடியும் உன்னைச் சந்திக்கும் நாளில்தான் உன்னைப் நினைப்பேன். ஆனால் கல்யாணத்தை யோசித்தாலே என் வாழ்நாள் முழுவதைப் பற்றியும் சிந்திக்க வேண்டியதிருக்கிறது. ஒவ்வொரு நாளும் அதே நினைப்பு. ஒவ்வொரு நாளும் படக்கூடிய கஷ்டங்கள், கொடுக்கல் வாங்கல் எல்லாவற்றையும் யோசிக்க வேண்டியுள்ளது. இதனால் உலகத்தையே என் முதுகில் சுமக்கிற உணர்வு. எனக்கு வயதாகி, என்னைச் சுற்றிப் பத்துக் குழந்தைகள். அவர்களுக்குச் சாப்பாடு, படிப்பு . . . அப்பப்பா இதையெல்லாம் நினைத்தாலே எனக்கு வயதாகிவிட்ட ஒரு உணர்வு.

காதலிக்கும்போது எப்போதும் இளமை. இளமை மட்டும்தான் என் கண்ணுக்குத் தெரியும். கண்ணாடிக்கு முன்னால் ரொம்ப நேரம் நின்றுகொண்டு ஷேவ் செய்து, மீசையை அழகாக ஒதுக்கி, அப்புறம் கோட் சூட் அணிந்து, டை கட்டிப் பார்ப்பதற்கே மிடுக்காக, அழகாக இருப்பேன். என் அழகுக்கு முன்னால் உன்னாலேயே போட்டிபோட முடியாது. ஆனால் கல்யாணத்தைப் பற்றி நினைத்தாலே இந்த உருவம்தான் ஞாபகத்திற்கு வருகிறது: அரம் போன்ற சொரசொரப்பான கன்னம். உதட்டுக்கும் மேல் தொங்கிக்கொண்டிருக்கும் மீசை. எப்போதும் டைனிங் டேபிளில் உட்கார்ந்து தின்றுதின்று பெருத்துப்போன தொந்தி. அதைப் பார்த்தால் ஏதோ சாப்பாடு மட்டும்தான் வாழ்க்கையில் ஒரே சந்தோஷம் என்ற எண்ணம் வரும். இன்னொரு விஷயம் தெரியுமா? வாழ்க்கையில் நாம் ரசிக்கும் கவர்ச்சி கல்யாணத்தோடு முடிந்து போய்விடும். கல்யாணத்திற்குப் பிறகு உன்னை வசீகரிக்க நான் எதுவும் ஸ்பெஷலாகச் செய்யவேண்டிய அவசியமே வராது. நீ முழுமையாக என் கட்டுப்பாட்டிற்குள் வந்ததற்குப் பிறகு உன் மனத்தைக் கவரவேண்டும் என்ற ஆசைக்கு வேலையே இருக்காது. நீயும் அதே மாதிரிதான். இனி உன்னை விட்டால் எனக்கு வேறு போக்கிடமில்லை என்று உனக்குப் புரிந்துவிடும். அதற்குப் பிறகு எனக்காக உன்னை அலங்கரித்து

கொள்ளமாட்டாய். என் அம்மாவைப்போல எப்போதும் நைட்டியில் ஒரு டன் ஹேர்பின்னைத் தலையில் வைத்துக்கொண்டு அங்குமிங்கும் நடப்பாய். அதைப் பார்க்கும்போது ஏதோ இரும்பு ஃபேக்டரி உன் தலையில் புதிய கிளையைத் தொடங்கியது மாதிரி இருக்கும். இந்தக் கோலத்தில் உன்னைப் பார்க்கச் சகிக்காது. என் அம்மாவை எப்படி பிடிக்குமோ அதைப்போல உன்னையும் பிடிக்கும். அவ்வளவுதான்!

காதலிக்கும்போது செலவுக்கு ஒன்று அல்லது இரண்டு ஜுனைஹ் கையில் இருந்தால் போதும். அது ஒன்றும் பெரிய விஷயம் இல்லை, சமாளித்துவிடலாம். கல்யாணத்தைப் பற்றி யோசித்தால் மொத்தச் சம்பளத்தையும் எடுத்துவைக்கவேண்டியதுதான். கிடைக்கின்ற இருபது ஜுனைஹை வைத்து மாதம் முழுவதும் கணக்குப் பார்த்து எண்ணி எண்ணிச் செலவுசெய்யும்போது பணத்தை எண்ணும் இயந்திரமாக மாறிவிடுவேன். இருபது ஜுனைஹில் இரண்டுபேர் எப்படி குடும்பம் நடத்தமுடியும்? வீட்டு வாடகை, சாப்பாடு, மின்சாரக் கட்டணம், தொலைபேசிக் கட்டணம், துணிமணிகள் செலவு, சிகரெட், சினிமா, குழந்தைகள், பள்ளிக் கட்டணம், ஹாஸ்பிடல் அது இதென்று எல்லா செலவுகளையும் எப்படி சமாளிக்க முடியும்? இருபது ஜுனைஹ் எனக்கே போதாது. நான் மட்டும் ஒவ்வொரு நாளும் பதினேழு ஃபில்ஸ்* செலவுசெய்கிறேன். சில நாட்களில் அம்மா பாசத்தில் அவருக்காக ஐந்து ஜுனைஹைக் காலிசெய்துவிடுவேன்.

இந்த லட்சணத்தில் இருபது ஜுனைஹை வைத்துக்கொண்டு எப்படி கல்யாணம் செய்யமுடியும்? வாய்ப்பே இல்லை. என்னால் சிகரெட் பழக்கத்தை விடமுடியாது. வாரத்திற்கு ஒரு தடவையாவது சினிமாவுக்குப் போகணும். லோக்கல் ஏரியாவில் மண்ணெண்ணெய் விளக்கு எரியும் வீட்டில் என்னால் இருக்க முடியாது. குழந்தைகளுக்குக் காய்ந்துபோன ரொட்டித்துண்டு; காலில் செருப்பு கிடையாது; அழுக்கு ஆடை. வருடத்திற்கு ஒரேயொரு ஆடை. அய்யய்யோ… இதுவெல்லாம் சரிப்பட்டு வராது… என்னால் கல்யாணம் பண்ண முடியாது. காதல் போதும். காதலோடு நிறுத்திக்கொள்கிறேன்.

கல்யாணத்திற்கும் காதலுக்குமிடையில் முக்கியமான வேறுபாடு உண்டு… உளவியல் வேறுபாடு; தெரியுமா உனக்கு?

காதலிக்கும்போது நீ என் சொத்து என்ற உணர்வு வரும். உன்னைக் கல்யாணம் செய்தால் நான் உன் சொத்து என்ற எண்ணம்தான் வரும்.

பொதுவாகவே ஒரு ஆண் ஒரு பெண்ணைக் காதலிக்கும்போதுதான் ஒரு தலைவன் என்ற உணர்வு அவனுக்குள் ஏற்படும். அது அவனுக்கு வலிமையைத் தரும். எவரோடு வேண்டுமென்றாலும் அவனால்

---

* 'ஃபில்ஸ்' இதன் மதிப்பு நாட்டுக்கு நாடு வேறுபடுகிறது. குவைத் நாணய அளவில் 1000 ஃபில்ஸ் ஒரு தினார்.

ஒரு குவைத் தினார் இந்திய பணமதிப்பில் ரூ. 246.58

பொதுவாக பணத்தைக் குறிக்க 'ஃபல்ஸ்' என்ற சொல் பயன்படுத்தப்படுகிறது. இதன் பன்மை 'ஃபுலூஸ்'

போட்டிபோட முடியும், சவால் விடமுடியும். சமூகம், போக்குவரத்து காவலர் என்று யாரைப் பற்றியும் அவன் கவலைப்படமாட்டான். பட்டப்பகலில் நடுரோட்டில் காதலியின் தோளில் கைபோட்டு கொண்டு அவனால் நிற்கமுடியும். பொதுமக்கள் கூடும் பூங்காக்களில் எவரையும் கண்டுகொள்ளாமல், சட்டங்களைப் பற்றிக் கவலைப்படாமல் அவளை முத்தமிடுவான். அவனுக்கான புதிய உலகத்தை, புதிய சட்டத்தை, புதிய சமூகத்தை அவனே உருவாக்குவான். தன்னை மாவீரன் நெப்போலியனாக, சாக்ரடீஸாக நினைத்துக்கொள்வான். அந்தத் துணிச்சலைப் பெருமையாக நினைப்பான். காதலியைப் பற்றி ரொம்பப் பெருமையாகப் பேசுவான்.

வழக்கமாக நண்பர்கள் சந்திக்கும் தேநீர்க் கடைக்கு முன்பாக அவளை வேண்டுமென்றே அழைத்துச் செல்வான். இவள் யாருக்கு என்ற போட்டியில் கடைசியில் நான்தான் ஜெயித்தேன் என்று சொல்லாமல் சொல்லி நண்பர்களிடம் பந்தா காட்டுவான்.

பொதுஇடங்களுக்கு அவளுடன் செல்வதை விரும்புவான். அவன் கொஞ்சும் பண்பாடுள்ளவனாக இருந்தால் வாய்ப்புக் கிடைக்கும் போதெல்லாம் காதலியின் பெயரைச் சொல்லாமல் அவளைப் பற்றிப் பேசிக்கொண்டேயிருப்பான். அலுவலகத்தில் பணிபுரிபவர்கள், நண்பர்கள், சகோதரர்கள், அம்மா எல்லாரிடமும் அவளைப் பற்றிப் பேசுவான்.

அதேசமயம் காதலித்த பெண்ணைக் கல்யாணம் செய்யும்போது அவன் துணிச்சலை இழந்துவிடுவான். தலைவனாக இருந்தவன் அடிமையாக மாறிவிடுவான். முதலாளியாக இருந்தவன் வேலைக்காரனாக ஆகிவிடுவான். தெலீலாவிடம் தன் தலைமுடியைப் பற்றிச் சொன்ன சிம்சோனின் நிலைதான் இவனுக்கும் ஏற்படும். கோழையாக மாறிவிட்ட அவனால் நண்பர்களுக்கும் முன்னால் மனைவியுடன் செல்லமுடியாது. பொது இடங்களுக்கு மனைவியை அழைத்துச் செல்லமாட்டான். அவளைப் பற்றி மற்றவர்களிடம் பேசுவதையே தவிர்ப்பான். ஒருவேளை அவளைப் பற்றிப் பேசவேண்டிய சூழ்நிலை ஏற்பட்டால் இழிவாகவும் கிண்டலாகவும் பேசுவான். அதைக் கேட்டு நண்பர்கள் சிரிப்பார்கள். வேறு வழி இல்லாமல் சமூகத்திற்குக் கட்டுப்படவேண்டுமே என்ற எண்ணத்தில் ஓடி ஒளிய வழி இல்லாமல் அவளுடன் குடும்பம் நடத்துவான். என்னைப் பொறுத்தவரை பெண்கள் வீட்டைவிட்டு வெளியே போகக்கூடாது. என் மனைவியைப் பற்றி என்னுடைய நண்பர்களுக்கு எதுவும் தெரியக்கூடாது என்று நினைக்கின்றவன் நான். இந்த நிலையில் உன்னை எப்படி நான் சினிமாவுக்கு அழைத்துக் கொண்டு போவேன்? உனக்கு என்ன பைத்தியமா? நான் பழைய பழக்கவழக்கங்களைப் பின்பற்றக்கூடியவன் என்று உனக்கு நன்றாகவே தெரியும். ஒட்டுமொத்தச் சமுதாயமும் இன்னும் பழைமையில்தான் இருக்கிறது. இளைஞர்கள்மீது பொறாமைகொள்வதும், மனைவியை வெளியே அழைத்துச்செல்பவர்களை ஏசுவதும் வாடிக்கையாகி விட்டது. அதுவும் ஒரு ஆண் ஒரு பெண்ணுடன் நடனம் ஆடுவதைப் பார்த்துவிட்டால் அவ்வளவுதான். அது மட்டுமில்லாமல் பாட்டு

கேட்பவர்களையும் இசையமைப்பாளர்களையும் ஊதாரிகள் என்று சொல்கிற சமூகம். கதை எழுதுபவர்களால்தான் எல்லாரும் கெட்டுக் குட்டிச்சுவராகப் போகிறார்கள் என்று குற்றம் சுமத்தும் சமூகம். கடைசியில் நாமும் இந்தச் சமூகத்தில் ஒரு அங்கம் என்ற பெருமையையே கல்யாணம் செய்தவன் இழந்துவிடுவான். இன்னும் சொல்லப்போனால், தன் மானம் மரியாதை எல்லாவற்றையும் தொலைத்துவிடுவான். இந்த மாதிரி கல்யாணம் செய்துகொண்ட நிறைய ஆண்களைத் தேநீர் விடுதியில் பார்த்திருக்கிறேன். அவர்கள் எங்களுடன் அமர்ந்து தேநீர் குடிப்பார்கள். அவர்களைப் பார்க்கப் பரிதாபமாக இருக்கும். திருமணமான நாள்முதல் காதலில் கிடைத்த பலத்தை இழந்து கோழைகளாக இருப்பார்கள்.

என்னால் கல்யாணம் செய்துகொள்ளமுடியாது. நான் கோழையாக மாற விரும்பவில்லை. என்மீது மற்றவர்கள் பரிதாபப்படுவதை என்னால் ஏற்றுக்கொள்ளமுடியாது.

மேடம்.

'காதலி' என்று உன்னை அழைக்காததற்காக என்னை மன்னித்துவிடு.

தற்போது நமக்கு முன்னால் இருப்பது இரண்டே வழிகள்தான். நாம் திருமணம் செய்துகொள்ள வேண்டும் அல்லது பிரிய வேண்டும். இனியும் நம்மை நாமே ஏமாற்றுவது சரியல்ல. கடைசிவரை காதலர்களாக இருக்க இந்தச் சமூகம் சம்மதிக்காது. ஷூக்களின் அச்சைப்போல காதலுக்கும் ஒரு வடிவத்தை நம் சமூகம் வரையறுத்திருக்கிறது. அதுதான் கல்யாணம். இந்த அச்சு என் கால் அளவுக்குப் பொருந்தாது. என் கால்களை அதற்குள் என்னால் வைக்கமுடியாது. நாம் பிரிந்துவிடுவோம்.

தயவுசெய்து நம்பு. இந்தப் பிரிவால் நான் மிகவும் வேதனையடைவேன்.

உன்னைக் காதலித்தபோது அடைந்த மகிழ்ச்சியைப் போலவே உன் பிரிவால் வேதனையடைவேன்.

இது பெருந் துயரம் என்று எனக்குத் தெரியும். இருந்தாலும் அதை நான் தாங்கிக்கொள்வேன், என்னைச் சமாதானப்படுத்துவேன். தமக்குள்ளேயே சமாதானத்தைத் தேடும்போது அறிவாளிகள் வேதனைப்படத்தான் செய்வார்கள்.

உனக்காக, உன் சந்தோஷத்திற்காக அந்த வலியைத் தாங்கிக் கொள்கிறேன். உன் கடந்த காலத்தை அபகரித்துவிட்டேன். உன் நிகழ்காலத்தையும் வருங்காலத்தையும் வேறொருவனுக்காக விட்டுக் கொடுக்கிறேன். அவன் என்னைவிட நல்லவனாக இருக்கலாம். ஆனால் சத்தியமாக என்னைவிட அறிவாளியாக இருக்கமாட்டான்.

சென்றுவருகிறேன்.

'வலி' என்னும் சாலையில் நான் தனியாக நடந்துசெல்கிறேன். என்னை விட்டுவிடு.

இப்படிக்கு

மகிழ்ச்சியான கடந்தகாலம்

முஹம்மத்

000

காதலனுக்கு அவள் பதில் கடிதம் எழுத ஆரம்பித்தாள்:

என்னவனே! என் அழகான நிகழ்காலமே... மகிழ்ச்சியான வருங்காலமே!

உன் கடிதத்தைப் படித்தபோது நான் அழுது ஆர்ப்பாட்டம் செய்யவில்லை. மயங்கிக் கீழே விழவில்லை. அதற்கு மாறாக என் மனம் மகிழ்ச்சியில் தத்தளித்தது. வீட்டின் ஒவ்வோர் அறையாகச் சென்று துள்ளிக் குதித்தேன். வீட்டு வேலைக்காரியிடம், "குலவையிடு" என்று சந்தோஷத்தில் கத்தினேன். அந்த நேரம் ரேடியோவில் இனிமையான பாட்டு: "ஆடையே! ஓ சந்தோஷ ஆடையே!"

இதையெல்லாம் படித்ததும் கோபப்படாதே!

நீ எழுதிய கடிதம் நமது திருமணத்தைப் பற்றிய நல்ல செய்தியைக் கொண்டுவந்திருக்கிறது. பிறகு எப்படி உன் கடிதத்தைப் படித்ததும் எனக்குக் கோபம் வரும்?

இதை உன்னால் மறுக்க முடியாது; அதிர்ச்சியாக இருக்கிறது என்றெல்லாம் கதைவிடாதே.

ரொம்ப நாளைக்குப் பிறகு ஒருவழியாக கல்யாணத்தைப் பற்றி என்னிடம் பேசியிருக்கிறாய். என்ன, கொஞ்சம் நிபந்தனைகள். எனக்கு முழுச் சம்மதம். எல்லா நிபந்தனைகளையும் ஏற்றுக்கொள்கிறேன்.

நீ சொன்னதைப்போல கவலைகளை உன்னால் சுமக்க முடியாது... நாம் சந்திக்கும் அந்த ஒருநாளைப்பற்றி மட்டும் நீ சிந்தித்தால் போதும். அதற்குப் பிறகு நாம் சந்தித்துக்கொள்ளும் அந்த அழகான நிமிடங்களுக்காகக் காத்திருப்போம். நிகழ்காலத்தில் ஆனந்தமாக வாழ்வோம். இவையெல்லாவற்றையும் உனக்காக நிறைவேற்றுகிறேன். கடந்த காலத்தையும் வருங்காலத்தையும் நினைத்து நினைத்துக் கவலைப்படாமல் இருக்க என்னிடம் நிறைய திட்டங்கள் உள்ளன. அவற்றைப் பின்பற்றினால் உன்னையே நீ மறந்துவிடுவாய். அந்த மாதிரியான திட்டங்கள் என் கைவசம் உள்ளன. இளமையும் தைரியமும் உன் உணர்வில் எப்போதும் இருக்கும். மீசை உதடுகளின் மேல் தொங்காது. உனக்குத் தொந்தி வராமல் பார்த்துக்கொள்கிறேன். நீ எப்போதும் அழகாக இருக்க வேண்டும். என் காதலைப்போல. அதுதான் என் விருப்பம்; பேராசை. உனக்கு ஞாபகமிருக்கா? உன்னிடம் இருக்கும் 'டை'களில் மிகவும் அழகானது நான் செலக்ட் செய்த 'டை'தான்; இதை மறந்துவிடாதே. திருமணத்திற்குப் பிறகு உனக்காக எல்லாவற்றையும் நான் தேர்வுசெய்வேன். என்னைப் பற்றி நீ பெருமையாக நினைக்கின்ற வரை எப்போதும் உன் கூடவே இருப்பேன். உன் நண்பர்களிடம்,

இஹ்சான் அப்துல் குத்தூஸ்

சிநேகிதிகளிடம் என்னால் உனக்கு எந்த அவமானமும் ஏற்படாது. என் கணவன் மிகவும் அழகானவன், நல்லவன் என்று எல்லாருக்கும் புரியவைப்பேன்.

எப்போதும் சாப்பாடு ... சாப்பாடு ... சாப்பாடு. பயப்படாதே. நீ நினைக்கிற மாதிரி வீட்டில் உன்னைச் சாப்பிட விடமாட்டேன். மதியம் ஒரு ப்ளேட்டில் ஒரு ப்ரை, வெண்ணெயில் சமைத்த வெஜிடபிள். இரவில் ஒரு ப்ளேட் மொச்சைக்கொட்டை. இது உனக்கு ரொம்பப் பிடிக்கும். எனக்கும் ரொம்பப் பிடிக்கும்.

பத்துக் குழந்தைகள். பைத்தியமாடா நீ? பத்து தடவையாடா நான் கர்ப்பமாஆவேன்? எப்படி இந்தக் கற்பனையெல்லாம் உனக்கு வருது? நல்லா கேட்டுக்கோ. கல்யாணம் ஆன முதல் மூன்று வருடம் குழந்தையே வேண்டாம். அதற்குப் பிறகு அதிகபட்சம் இரண்டு குழந்தைகள். இறைவன் புண்ணியத்தில் ஒரு மகன் ஒரு மகள். உன்னைக் கல்யாணம் செய்ய முடிவெடுத்ததற்குப் பிறகு. அதாவது உன்னைச் சந்தித்த நாள்முதல் குடும்பக்கட்டுப்பாடு தொடர்பாக நிறைய புத்தகங்களைப் படித்திருக்கிறேன். திருமணமான என் தோழிகளிடம் கேட்டுத் தெரிந்து வைத்திருக்கிறேன். அதனால் உறுதியாகச் சொல்கிறேன். இரண்டு குழந்தைகளுக்குமேல் நான் பெறமாட்டேன்.

அப்புறம் ஏதோ சொன்னியே.. கல்யாணத்திற்குப் பிறகு உன்னை மயக்க வேண்டிய அவசியம் எனக்கு வராது . . . அப்படி இப்படின்னு . . . லூசுப் பயலே! இதை எவன்டா சொன்னது? நீ ரசிப்பதற்காக எப்போதும் என்னை அலங்கரித்துகொள்வேன். நைட்டியே போடமாட்டேன். உன்னைக் கல்யாணம் பண்ண முடிவுசெய்த நாள்முதல் என் தலையில் ஹேர்பின் வைத்ததே இல்லை. இன்னொரு விஷயம், உனக்காக என் கையாலே ‘லின்ஜரி’ உள்ளாடை செய்து பத்திரமாக வைத்திருக்கிறேன். உன்னை என் மடியில் விழவைக்க அந்த ஒன்று போதும். அது சரி . . . அழகுக்காகத்தான் என்னைக் காதலித்தாயா? என் ஆடை, பவுடர், உதட்டுச் சாயம், சுருண்ட முடி இதையெல்லாம் பார்த்துதான் என்னை லவ் பண்ணினாயா? என்னுடைய குணம், உள்ளம், அறிவு இதெல்லாம் உன் கண்ணுக்குத் தெரியவில்லையா? ஆனால் நான் இதையெல்லாம் பார்த்துதான் உன்னைக் காதலித்தேன். கல்யாணத் திற்குப் பிறகு நான் வீட்டில் இருக்கும்போது எனது குணம் இன்னும் அழகாகப் பளிச்சென்று தெரியும். ஒரு விஷயத்தை உன்னிடம் தெளிவாகச் சொல்லிவிடுகிறேன். இந்த நைட்டி, கொண்டை. இது எனக்கு செட்டே ஆகாது. சுத்த கோமாளித்தனம். நான் இவ்வளவு நேரம் சொன்ன இந்த விஷயத்தையெல்லாம் ஒரு தடவை செய்து காட்டுகிறேன். அப்புறம் பார்... என்னை உனக்கு ரொம்ப பிடித்துப்போகும். உன் அம்மாவை நேசிப்பது வேறு, என்னை நேசிப்பது வேறு என்று அப்போது உனக்குப் புரியும். என்னைப் பார்க்க பார்க்க உனக்கு போர் அடிக்காது. குறைந்தபட்சம் எண்பது வயதுவரை என் காதல் அப்படியே இருக்கும். அதற்குப் பிறகு வயதான கடைசிக் காலத்தில் உனக்கு நான், எனக்கு நீ என்று வாழ்க்கை முடிந்துவிடும்.

அடுத்து உன் சம்பள விஷயத்திற்கு வருவோம்... இருபது ஜுனைஹ்... உன்னைக் கல்யாணம் பண்ண முடிவுசெய்த நாளிலிருந்து நானும் உன்னை மாதிரிதான் இந்த இருபது ஜுனைஹை வைத்து என்ன செய்யமுடியும் என்று கூட்டிக் கழித்துப் பார்த்திருக்கிறேன். உன் சம்பளத்தை வைத்துச் சமாளிக்க பத்துக்கும் மேற்பட்ட திட்டங்களை ஆலோசித்துப் பார்த்தேன். ஒன்றும் ஒத்துவரவில்லை. இருந்தாலும் நம்பிக்கையைக் கைவிடவில்லை. சிந்தித்துக்கொண்டேயிருந்தேன். கடைசியாக ஒரு யோசனை வந்தது. கல்யாணத்திற்குப் பிறகு கொஞ்சநாள் 'பென்சியூன்' லாட்ஜில் தங்குவோம். டேய்... கோபப்படாதே. 'ரோஸ் அல் யூசுஃப்' பத்திரிகையில் ஒரு வருடத்திற்கும் முன்பு ஒரு செய்தி படித்தேன். நம்மைப்போல இரண்டு காதலர்கள் உயிருக்கு உயிராகக் காதலித்துக் கல்யாணம் செய்துகொண்டு 'பென்சியூன்' லாட்ஜில் சந்தோஷமாக வாழ்ந்திருக்கிறார்கள். நான் 'பென்சியூன்' லாட்ஜைப் பற்றி ரொம்ப நாட்களாகவே விசாரித்துக்கொண்டிருக்கிறேன். அது ஆபிதீன் பகுதியில் சுலைமான் பாஷா சாலைக்கருகில் உள்ள லாட்ஜ். ஒரு வயதான அம்மாவிற்குச் சொந்தமானது. அவருடைய கணவர் உடல்நலமில்லாதவர். லாட்ஜ் ரொம்ப சுத்தமாக அழகாக இருக்கும். ரூம் வாடகை வெறும் எட்டு ஜுனைஹ்தான்.

அப்புறமாகத்தான் யோசித்தேன். அந்த லாட்ஜில் ஏழைகளின் வீடுகளைப்போல பர்னிச்சர் ரொம்ப பழையதாக இருக்குமே, இந்தச் சூழ்நிலையில் எப்படி திருமணம் செய்வது? கொஞ்சம் கழித்து என்னை நானே சமாதானப்படுத்தினேன். கல்யாணமான புதிதில் நாம் இரண்டுபேர்தானே. பர்னிச்சரைப் பற்றியெல்லாம் எதற்கு யோசிக்க வேண்டும். பர்னிச்சரா முக்கியம். எனக்கு நீ, உனக்கு நான் இது போதும்.

ரூம் வாடகை எட்டு ஜுனைஹ் போக, மீதி பன்னிரண்டு ஜுனைஹ்.

இந்தப் பன்னிரண்டு ஜுனைஹில் எல்லாச் செலவையும் முடிக்க முடியாதுதான். நீ உன் அம்மாவிடம் நூறு ஜுனைஹ் சேமித்து வைத்திருக்கிறாய். என் அப்பா கல்யாணத்திற்காக இருநூறு ஜுனைஹ் சேமித்துவைத்திருக்கிறார். அப்படி பார்த்தால் முந்நூறு ஜுனைஹ் நம்மிடம் இருக்கிறது. பர்னிச்சர், நகை வாங்குவதற்காக இதைச் செலவழிக்க வேண்டாம். இந்தப் பணத்தை வைத்துச் சின்னதாக ஒரு கரும்பு ஜூஸ் கடையைத் தொடங்குவோம்.

என்ன கிண்டலாகத் தெரியுதா?

தயவுசெய்து நக்கலாக நினைக்காதே... இது நடக்கும். கரும்பு ஜூஸ் கடையை நடத்தத் தேவையான எல்லா தகவல்களையும் திரட்டிவைத்திருக்கிறேன். அதில் ஒருநாளைக்குக் குறைந்தது இரண்டு ஜுனைஹ் இலாபம் கிடைக்கும். ஒரு மாதத்திற்கு அறுபது ஜுனைஹ் கொஞ்சம் யோசித்துப்பாரு. அதற்காக உன் அரசாங்க வேலையை விடச் சொல்லவில்லை. காலையில் நான் கடையைக் கவனித்துக்கொள்கிறேன், மாலையில் ஆஃபீசிலிருந்து வந்தபிறகு நீ பார்த்துக்கொள்.

இதைவிட முக்கியமான விஷயம்.

உனக்கு எலக்ட்ரிக்கல் வேலை தெரியும்தானே. லைட், ரேடியோ எலக்ட்ரிக்கல் பொருட்களையெல்லாம் ரிப்பேர் செய்வேன் என்று என்னிடம் நீ சொல்லியிருக்கிறாய். இது அருமையான திறமை. பெரிய சொத்து. இதை நாம் வீணடிக்கக் கூடாது. ஜூஸ் கடைக்குப் பக்கத்திலேயே எலக்ட்ரிக்கல் வேலையையும் சேர்த்துப் பார்ப்போம். “இங்கே ரேடியோ, எலக்ட்ரிக் பொருட்கள் பழுதுபார்க்கப்படும்” என்று ஒரு போர்டு வைப்போம். உன்னுடைய இந்தத் திறமையால் எப்படியும் மாதம் இருபது ஜூனைஹ் சம்பாதித்துவிடலாம். இந்த வருமானம் மொத்தத்தையும் சேர்த்தால் நூறு ஜூனைஹ் வரும். கொஞ்சம் யோசனை பண்ணிப்பாரு. துண்டாக நூறு ஜூனைஹ் நமக்குக் கிடைக்கும். ஒரு வருடம் அல்லது இரண்டு வருடங்களுக்குப் பிறகு பென்ஸியூன் லாட்ஜைக் காலிசெய்துவிட்டு நம்ம சம்பாத்தியத்தில் சொந்தமாக ஒரு வீட்டைக் கட்டுவோம்.

என்ன சம்மதம்தானே?

ஓகே.

கடைசியாக ஒண்ணே ஒண்ணு

அது என்ன . . . கல்யாணத்திற்குப் பிறகு ஆண் கோழையாகி விடுவான் அப்படீன்னு சொன்னியே, சுத்த பொய். காதலிக்கும்போது நானும் நீயும் சந்திப்பதற்காகக் காத்திருக்கிறோம். ஒருதடவை சந்திப்பதற்காக நமது கனவு, அறிவு, ஆற்றல் எல்லாவற்றையும் கசக்கிப் பிழிந்து பிளான் செய்கிறோம். கல்யாணத்திற்குப் பிறகு ஒவ்வொரு நாளும் நாம் சந்தித்துக்கொண்டேயிருப்போம். அந்த நேரத்தில் நமது அறிவு, ஆற்றல், கனவு எல்லாவற்றையும் நமது வருங்காலம், வேலை, சம்பாத்தியம் எல்லாவற்றையும் திட்டமிடுவதற்காகப் பயன்படுத்தலாமே. அப்படி செய்தால் நீ பலவீனமானவனாக ஆகமாட்டாய். சிம்சோனின் முடியை தெலீலா வெட்டியதைப் போன்ற நிலைமையும் எனக்கு வராது. உன் பலம் உனக்கே தெரியும். நீ தைரியமாக இருக்கலாம். சிம்சோனைவிட நீளமாக முடி வளர்க்கலாம். ஏன் அவனைவிட பலசாலியாக நீ மாறிவிடுவாய். அப்போது என்னைப்பற்றி உன் நண்பர்களிடம் பெருமையாகப் பேசுவாய். இந்தக் குதிரை யாருக்கு என்ற போட்டியில் நீ நீதான் ஜெயித்தாய். இனி எல்லா போட்டிகளிலும் நீதான் ஜெயிப்பாய். உன்மேல் உனக்கு நம்பிக்கையும் தைரியமும் வந்ததற்குப் பிறகு சமூகத்தை விரும்ப ஆரம்பிப்பாய். எல்லா மக்களையும் நேசிப்பாய். இசையமைப்பாளர், பாடகர், கதைகள், கதையாசிரியர்கள் எல்லாரையும் விரும்புவாய். ஒவ்வொரு காதல் ஜோடியைப் பார்க்கும்போதும் அவர்கள் கல்யாணம் செய்து சந்தோஷமாக வாழ வேண்டும் என்று சிரித்தபடி மனப்பூர்வமாக அவர்களை வாழ்த்துவாய். நம்மைப்போல அவர்களும் மகிழ்ச்சியுடன் குடும்பம் நடத்த வேண்டும் என்று அவர்களுக்கு வாழ்த்துக் கூறுவாய்.

அன்பே, முஹம்மத்!

ஓரேயொரு அட்வைஸ், என்னைக் கல்யாணம் பண்ணிக்கோ. டேய் முட்டாப்பயலே, என்னைக் கல்யாணம் பண்ணிக்கோ. உன்

கையிலிருந்து இந்த வாய்ப்பு நழுவுவதற்கு முன்பாக என்னைக் கல்யாணம் பண்ணிக்கோ. நான் உனக்குக் கிடைத்த அழகான வாய்ப்பு. என்னைக் கட்டிக்கோ. நீ என்னைக் காதலிக்கிறாய், நானும் உன்னைக் காதலிக்கிறேன். அங்கீகாரம் எனும் வாசல் கதவைக் காதல் தட்டிக்கொண்டிருக்கிறது.

நமது கல்யாண ராத்திரிவரை எனது முத்தங்கள்.

இப்படிக்கு

மகிழ்ச்சியான உன் வருங்காலம்

ஃபத்ஹியா.

○○○

இரண்டு வாரங்களுக்குப் பிறகு இருவரும் திருமணம்செய்து கொண்டு பென்சியூன் லாட்ஜில் தங்கினார்கள். கரும்பு ஜூஸ் கடை ஒன்றைத் திறந்தார்கள். மகிழ்ச்சியாக வாழ்க்கை நடத்தினார்கள். இப்போது அவர்களுக்கு ஒரு மகன், ஒரு மகள்.

போரில் கலந்துகொள்ளாத அமெரிக்கர்

அவர் ஒரு அமெரிக்கர்.

அவருக்குள் இந்த ஆச்சரியமான கேள்வி மட்டும் எழாமல் இருந்திருந்தால் ஆயிரக்கணக்கான அமெரிக்கர்களில் அவரும் ஒருவராக இருந்திருப்பார்.

போர் எதற்கு?

அவர் ஜெர்மனியை வெறுக்கவில்லை.

அவருக்கும் ஜெர்மானியர்களுக்குமிடையில் பகையோ காழ்ப்புணர்ச்சியோ கிடையாது. அவருடைய சுதந்திரத்தையோ அல்லது அமைதியையோ அவர்கள் சீர்குலைக்கவில்லை. அவருக்கும் அவர்களுக்குமிடையே பெரிய கடல் இருக்கிறது. பிறகு எதற்காகக் கடல் கடந்து அங்கே சென்று அவர்களுடன் போரிட வேண்டும்? அவர்களைக் கொல்ல வேண்டும்?

எதற்காக?

போருக்கான ஒரு காரணத்தைக்கூட அவரால் புரிந்துகொள்ள முடியவில்லை.

போர் அறிவிப்பு வெளியானது.

இன்னும் சிலநாட்களில் படையில் இணையுமாறு அவருக்கு அழைப்பு வரும். கையில் ஆயுதத்தைக் கொடுத்து ஜெர்மானியர்களைக் கொல்லுமாறு கட்டளையிடுவார்கள்.

உண்மையில் யாரையாவது கொல்வதாக இருந்தால் அவருக்குத் தெரிந்த ஒருவன் இருக்கிறான். அவருடைய உணவையும் குடும்பத்தாருடைய உணவையும் பிடுங்கித் தின்றவன்.

பேராசைக்காரன், இரக்கமில்லாதவன், திமிர்ப்பிடித்தவன், அநியாயக்காரன். அவனைத்தான் அவர் வெறுக்கிறார்.

கொல்வதாக இருந்தால் அவனைத்தான் கொல்ல வேண்டும். பலபேரிடம் அநியாயமாக நடந்துகொண்டிருக்கிறான். அவரைப்போல பிள்ளை குட்டிகளுடன் உணவுக்குக் கஷ்டப்படக்கூடிய பல குடும்பங்களின் வயிற்றில் அடித்திருக்கிறான்.

ஆனால் அரசாங்கமோ எந்தக் காரணமுமில்லாமல் ஜெர்மானியர்களைக் கொல்லச் சொல்கிறது.

அவர் காரணத்தோடு இந்த மனிதனைக் கொல்ல நினைக்கிறார்.

படையில் சேர அழைப்பு வருவதற்குச் சில நாட்களுக்கும் முன்பு துப்பாக்கியை எடுத்துக்கொண்டு எதிரியின் வீட்டுக்குச் சென்றார். வீட்டுக்குள் நுழைவதற்கும் முன்பு அவனைக் கொல்வதற்கான நியாயத்தைத் தனக்குத்தானே சொல்லிக்கொண்டார்: "கொஞ்சம் யோசனை செய்து பார். போர்க்களத்தில் நீ நிறையபேரைக் கொல்வாய். உனக்குச் சம்பந்தமேயில்லாத, எந்தப் பாவமும் அறியாத, உன்னைப்போல இரத்தமும் சதையும் கொண்ட, உன்னைப் போன்ற அப்பாவிகளைக் கொல்வாய். அப்படியிருக்கும்போது உனக்குத் தெரிந்த, கொலைசெய்யப்படுவதற்குத் தகுதியான இவனை ஏன் கொல்லக்கூடாது? அதிகமான ஜெர்மானியர்களைக் கொன்று உன்னைப் பெரிய போர்வீரனாகப் பார்க்க அரசாங்கம் நினைக்கும்போது இவனை ஏன் நீ கொல்லக்கூடாது?

இந்த லாஜிக்கைத் தனக்குத்தானே சொல்லி ஒருவழியாகச் சமாதானம் தேடிக்கொண்டார்.

அவனுடைய வீட்டிற்குள் சென்றார். அவனை நோக்கித் துப்பாக்கியை உயர்த்தினார்.

ஆனால் அவனைக் கொல்வதை அவருடைய மனம் இன்னும் முழுமையாக ஏற்கவில்லை. இதனால் சுடும்போது கடைசி நேரத்தில் அவருடைய கை நடுங்கியது.

தோட்டா அவனுடைய தோளில் பாய்ந்தது; அவன் சாகவில்லை.

அவர் கைது செய்யப்பட்டு நீதிமன்றத்தில் ஒப்படைக்கப்பட்டார். குற்றத்தை ஒப்புக்கொண்டார். இவன் தனது உணவையும் மகிழ்ச்சியையும் அபகரித்துவிட்டான். அவன் கொல்லப்படத் தகுதியானவன் என்று வாக்குமூலம் அளித்தார்.

ஐந்தாண்டு சிறைத்தண்டனை விதிக்கப்பட்டுத் தீர்ப்பளிக்கப்பட்டது.

புன்முறுவலுடன் தீர்ப்பை ஏற்றுக்கொண்டார்.

அவரைச் சிறைக்கு அழைத்துச் சென்ற காவலாளியிடம், "போர் ஐந்து வருடங்களைத் தாண்டி நீண்ட நாட்கள் நீடிக்கும் என்று நம்புகிறீர்களா" என்று கேட்டார்.

காவலாளி: "அப்படி நான் நினைக்கவில்லை... எதற்காகக் கேட்கிறீர்கள்?"

"போரில் கலந்துகொள்ள எனக்கு விருப்பமில்லை" என்று முணுமுணுத்தார்.

காவலாளி: "என்ன சொல்றீங்க?"

"இல்லை, ஒன்றுமில்லை" என்று புன்னகைத்தபடிச் சொன்னார்.

போரில் கலந்துகொள்ளாத அமெரிக்கர்!

●

எதுவும் எனக்குச் சொந்தமில்லை

ஒருவழியாக என் துயரத்தின் இரகசியத்தை அறிந்து கொண்டேன். வாழ்நாளில் நான் அனுபவித்த மனவேதனைக்கும் குழப்பத்திற்கும் என்ன காரணம் என்பதைப் புரிந்துகொண்டேன். சில நேரம் பைத்தியக்காரியைப் போல நடந்துகொள்வேன். சில நேரம் கெய்ரோவில் என்னைப் போன்ற புத்திசாலிப் பெண் எவளும் கிடையாது என்று நினைக்கும் அளவிற்குப் புத்திசாலியாக மாறிவிடுவேன். பைத்தியக்காரத்தனமாக எதையாவது செய்யும்போது, 'ஏன் இப்படி செய்கிறேன்?' என்று எனக்கு நானே கேட்டுக்கொள்வேன். புத்திசாலித்தனமாக நடந்துகொள்ளும்போது, 'எப்படி இவ்வாறு அறிவாளியாக இருக்கிறேன்?' என்று மனத்திற்குள் கேள்வி எழுப்புவேன். ஏன் இப்படி பைத்தியமாகவும் அறிவாளியாகவும் இருக்கிறேன்? எதுவும் எனக்குத் தெரியாது.

என் வாழ்க்கையில் எந்தக் குறையும் இல்லை. வசதியான, என்னை அதிகம் நேசிக்கக்கூடிய ஒரு குடும்பத்தில் வளர்ந்தவள் நான். எனது இரண்டாவது வயதில் அப்பாவும் அம்மாவும் விவாகரத்துப் பெற்றுத் தனித்தனியாக வாழ்ந்துவந்தார்கள். அதற்குப் பிறகு அப்பா வேறொருவரை மணந்துகொண்டார். அம்மா இன்னொருவரைத் திருமணம் செய்துகொண்டார். அவர்களிடம் எதையும் நான் கேட்கவில்லை.

அப்பாவின் மனைவி என்னிடம் அன்போடு நடந்து கொள்வார்கள். சில நேரங்களில் சொந்த மகளிடம் காட்டும் அன்பைவிட அதிகமாக! அவர்களுக்குக் குழந்தைகள் இல்லாதது ஒரு காரணமாக இருக்கலாம். என் அம்மாவின் கணவரும் எப்போதும் என்மீது பிரியமாக இருப்பார். நான் செய்யக்கூடிய எல்லாக் காரியங்களுக்கும் ஊக்கமளிப்பார். அம்மாவுடன் நான் சண்டைபோட்டால்கூட அவர் எனக்கு ஆதரவாகப் பேசுவார். என் அப்பாவுடைய மனைவியுடனோ அல்லது அம்மாவுடைய கணவருடனோ எனக்கு எந்தக் கருத்துவேறுபாடும்

வந்ததில்லை. ஒருதடவைகூட அவர்கள் என்னைக் கண்டித்ததுமில்லை. மனம் நோகும்படி என்னைத் திட்டியதும் இல்லை.

அப்பாவுடைய வீட்டிலும் அம்மாவுடைய வீட்டிலும் எனக்குத் தனி அறை உண்டு. நான் நினைக்கும்போது எந்த வீட்டுக்கு வேண்டுமென்றாலும் செல்லலாம். அப்பாவோ அம்மாவோ எதுவும் கேட்கமாட்டார்கள். அப்படியிருந்தும் எந்த வீட்டிலும் என்னால் நிம்மதி யாக இருக்கமுடியவில்லை. மனம் அமைதியில்லாமல் தவித்தது.

இங்கிருந்து அங்கே, அங்கிருந்து இங்கே என ஓடிக்கொண்டே இருக்கவேண்டும் என்ற எண்ணம் மனத்தில் எப்போதும் ஒலித்துக் கொண்டே இருந்தது. ஒரு வீட்டில் கொஞ்ச நாட்கள்தான் இருப்பேன். மனசுக்குப் பிடிக்காது. அங்கிருந்து அடுத்த வீட்டுக்குப் போகவேண்டும் என்ற எண்ணம் வரும். உடனே ஓடிவிடுவேன். இந்த வீட்டிலும் கொஞ்ச நாட்கள்தான் இருந்திருப்பேன், அதற்குள் முதலில் இருந்த வீட்டுக்குச் சென்றுவிடுவேன்.

நான் அம்மாவுடனும் அப்பாவுடனும் இருக்கும்போது திடீர் திடீரெனக் கோபம் வரும். அப்பாவின் வீட்டில் இருக்கும்போது அம்மாவைப் பார்க்க வேண்டும் என்ற ஆசை ஏற்படும். அப்பாவைவிட அம்மாவிடம்தான் எனக்கு அதிகப் பாசம் என்ற எண்ணம் வரும். உடனே அம்மாவிடம் போய்விடுவேன். சிறிதுநாட்கள்தான் அம்மாவுடன் இருந்திருப்பேன், அதற்குள் அப்பாவைப் பார்க்க வேண்டும் என்ற விருப்பம் வரும். அம்மாவைவிட அப்பாவிடம்தான் எனக்கு அதிகப் பாசம் என்ற எண்ணம் ஏற்படும். இருவரையும் இருவருடைய குணங்களையும் எனக்குப் பிடிக்கும்.

ஒரு ஆண் என் அப்பா மாதிரிதான் இருக்கவேண்டும். அப்பாதான் எனக்கு ரோல் மாடல் என்று அப்பாவின் நல்ல பண்புகளை நினைத்து மகிழ்வேன். பிறகு அம்மாவின் குணங்களை எண்ணிச் சந்தோஷப்படுவேன். அப்பாவுக்கும் அம்மாவுக்கும் இடையே இயல்புகளில் நிறைய வேறுபாடு உண்டு. இருந்தாலும் அம்மாவுடைய குணங்களும் எனக்குப் பிடிக்கும்.

பலநாட்களாக இதே உணர்வுதான் எனக்குள் இருந்துவந்தது. திடீரென ஒருநாள் இரண்டு வீடுகளிலிருந்தும் வெளியேற வேண்டும், அப்பா அம்மாவிடமிருந்து விலகிச்செல்ல வேண்டும், அப்போதுதான் எனக்கு நிம்மதி கிடைக்கும் என்ற சிந்தனை எனக்குள் ஏற்பட்டது.

எங்கேயாவது ஓடிவிடவேண்டும்.

உடனே... எங்கேயாவது ஓட வேண்டும்...

எங்கே... ? யாரிடம்...?

சிநேகிதர்களைத் தேடிச் செல்ல ஆரம்பித்தேன்... ஒருமணி நேரம் அல்லது இரண்டுமணிநேரம் யாராவது ஒரு இளைஞன் உடன் பேசி மனத்திற்கு ஆறுதல் தேடிக்கொள்வேன். பின்னர் அப்பாவின் அல்லது அம்மாவின் வீட்டுக்குச் செல்வேன். நான் பேசிக்கொண்டிருந்த அந்த இளைஞன் முரட்டுத்தனமானவன் என்று நினைப்பேன். அவன்மீது

காதல் வராது. இதனால் மன அழுத்தம் ஏற்படும். அவனை விட்டுவிட்டு வேறொருவனைத் தேடிச் சென்று அவனுடன் பேசி மகிழ்வேன்.

இப்படி நிறைய இளைஞர்களுடன் சந்திப்பும் பழக்கமும் ஏற்பட்டது. அதிக துணிச்சலும் கூடவே ஒருவிதப் பைத்தியக்காரத்தனமும் என்னைப் பிடித்துக்கொண்டது.

நன்றாக நினைவிருக்கிறது. அப்போது எனக்குப் பதினாறு வயது. நான் அம்மா வீட்டில் இருந்தேன். ஒருநாள் இரவு ஒருமணிக்கு வீட்டில் யாருக்கும் தெரியாமல் ஒரு நண்பனைப் பார்க்கச் சென்றேன். எல்லாரும் தூங்கிக்கொண்டிருந்தார்கள். சிறிதுநேரம் கழித்து வீட்டுக்கு வந்தேன். அவர்கள் கண்விழித்துவிடக்கூடாது என்பதற்காக மெதுவாக வீட்டுக்குள் சென்றேன். அன்றைய இரவு இனம்புரியாத மகிழ்ச்சி ஏற்பட்டது. நான் விரும்பும் ஒரு நண்பனைப் பார்க்கச் சென்றேன் என்பதற்காக அல்ல. உண்மையில் அவனை எனக்குப் பிடிக்காது. துணிச்சலாக வீட்டை விட்டு ஓடியதற்காக அந்த ஆனந்தம்...

இந்த நிலையில் அப்பாவின் மனைவியிடமும் அம்மாவின் கணவரிடமும் சண்டைபோடவேண்டும் என்ற மோசமான எண்ணம் எனக்குள் வந்தது. அவர்களை வேதனைப்படுத்தினேன், தகாத வார்த்தைகளால் திட்டினேன். அப்பாவின் மனைவியைப் பல தடவை அழவைத்திருக்கிறேன். அம்மாவின் கணவர் மன அழுத்தத்தால் அவதிப் பட்டார். அத்தோடு நிற்கவில்லை. என் அப்பாவுடனும் அம்மாவுடனும் சண்டைபோட ஆரம்பித்தேன். அவர்களைத் திட்டினேன், நோகடித்தேன்.

இந்தச் சண்டைக்குக் காரணம் நான்தான்; தவறு என்னுடையதுதான். எனக்கு நன்றாகத் தெரியும்.

ஏன் இப்படியெல்லாம் நடக்கிறது? ஒன்றும் புரியவில்லை...

அதுவும் என்னை அதிகம் நேசிக்கக்கூடியவர்களிடம் ஏன் இப்படி நடந்துகொள்கிறேன்? அப்பா அம்மா வாழ்க்கையில் ஏன் தேவையில்லாத குழப்பத்தை ஏற்படுத்துகிறேன்? ஒன்றுமே விளங்கவில்லை...

அதற்கான பதில் கிடைக்கவில்லை...

நான் சண்டைபோட்டாலும் எல்லோரும் பொறுத்துக் கொண்டார்கள்... என்னை எதுவும் சொல்லவில்லை... எனக்குத் திமிர் அதிகமானது... முன்பைவிட அவர்களுடன் இன்னும் அதிகமாகச் சண்டைபோட்டேன்...

பிறகு சட்டென ஒரு முடிவுக்கு வந்தேன்; திருமணம் செய்யவேண்டும். இப்போதைக்கு இது மட்டுமே முக்கிய குறிக்கோள்.

என்னைப் பொறுத்தவரை கல்யாணம் செய்வது கடினம் அல்ல. கல்யாணத்தைப் பற்றி மட்டும் நான் சிந்திக்கவில்லை. எனது சுதந்திரத்தைப் பாதுகாக்க வேண்டும், இதுதான் எனது முக்கிய நோக்கம்.

திடீரென இந்த எண்ணம் எப்படி வந்தது? எனக்குத் தெரியாது.

கணவர் நல்ல மனிதர். அவருடைய அப்பா இறந்ததற்குப் பிறகு 'மஆதி' என்ற இடத்தில் புதிதாகக் கட்டிய வீட்டில் அம்மாவுடன் வசித்து வந்தார். நான் அவர்களுடன் புதிய வாழ்க்கையைத் தொடங்கினேன்.

என் கணவரைப் போல்வே, அவருடைய அம்மாவும் நல்ல பெண்.

அவர்கள் என்னை மிகவும் நேசித்தார்கள். ஒவ்வொரு நாளும் என்மீது அதிகமான பாசத்தைக் காட்டினார்கள். என்னை நல்லபடியாக நடத்தினார்கள்; மகாராணியாகப் பார்த்துக்கொண்டார்கள்.

நானும் என் கணவரையும் மாமியாரையும் விரும்பினேன்.

உண்மையாகவே அவர்கள்மீது அன்புகாட்டினேன்.

கல்யாணமாகிச் சில மாதங்கள்தான் இருக்கும். அந்த வீட்டி லிருந்தும் ஓடவேண்டும் என்று மனம் துடித்தது.

எவ்வளவோ போராடிப்பார்த்தேன்.

முடியவில்லை.

பின்னர் கணவர் வீட்டிலிருந்து என் அப்பாவின் வீட்டிற்குச் சென்றேன். அங்கு சில நாட்கள். பிறகு அங்கிருந்து அம்மாவின் வீட்டிற்குச் சென்றேன். அங்கு சில நாட்கள்.

என் கணவர் நான் சொல்வதைக் கேட்பார். நினைக்கும்போதெல்லாம் அப்பா வீட்டிற்கும் அம்மா வீட்டிற்கும் செல்வேன். சில நாட்களுக்குப் பிறகு கணவரிடம் திரும்பிவந்துவிடுவேன். அவர் எதுவும் சொல்ல மாட்டார். எந்தத் தடையும் போடமாட்டார்.

பிறகு. அப்பா வீட்டிற்கும் அம்மா வீட்டிற்கும் மாறிமாறி ஓடினால் போதாது ... முன்புபோல ஆண் நண்பர்களுடன் சுற்ற வேண்டும் என்ற உணர்வு ஏற்பட்டது ...

அது கணவருக்கு இழைக்கும் துரோகம்; அந்தப் பாவத்தைச் செய்யக்கூடாது என்று யோசித்தேன்.

அப்போதைக்கு அதைச் செய்யவில்லை.

இதனால். கடுமையான மனப்போராட்டம். பைத்தியம் பிடித்தவளைப்போல மாறினேன். கணவரோடும் மாமியாரோடும் சண்டைபோட ஆரம்பித்தேன்.

நான் நேசித்த கணவரையும் மாமியாரையும் திட்டினேன், வேதனைப்படுத்தினேன்.

அதன் பிறகு என்னால் பொறுத்துக்கொண்டிருக்க முடியவில்லை.

இங்கிருந்தும் ஓடிவிட வேண்டியதுதான் என்று முடிவெடுத்தேன்.

அதற்கு ஒரே வழி.

விவாகரத்து !

நான் காதலித்த கணவரை விவாகரத்துச் செய்தேன்...

பழையபடி சில நாட்கள் அப்பாவின் வீட்டில்; சில நாட்கள் அம்மாவின் வீட்டில்.

ஒருநாள் முரட்டுத்தனமும் வெறுப்பும் எனக்குள் வெடித்துக் கிளம்பியது.

சிலமாதங்களுக்குள் பல ஆண் நண்பர்களுடன் பழக்கம் ஏற்பட்டது. அவர்களிடம் எனக்குக் காதல் இல்லை... ஒருவிதப் பைத்தியம்... வீட்டிலிருந்து வெளியேறி அவர்களைத் தேடிச்சென்றேன்.

சிலமாதங்களுக்குப் பிறகு எனக்குள் ஒருவித அமைதி நிலவியது. ஆண் நண்பர்களைச் சந்திப்பதை நிறுத்திவிட்டேன். மிகவும் அறிவாளியாகச் செயல்பட ஆரம்பித்தேன். என் அம்மா சந்தோஷத்தால் இறைவனைத் துதித்தார்கள்.

அதுவும் கொஞ்ச நாள்தான் நீடித்தது.

மீண்டும் வீட்டிலிருந்து ஓடவேண்டும் என்ற பழைய பைத்தியக்கார எண்ணம் வந்தது.

இறுதியாக!

அப்போது எனக்கு முப்பது வயதிருக்கும். என் மனம் அமைதியாக இருந்த ஒருநாள், என் பிரச்சினைகளைப் புரிந்துகொண்டேன்.

நான் அனுபவிக்கும் வேதனைக்கு என்ன காரணம்? அதன் இரகசியம் என்ன என்பதை அறிந்துகொண்டேன்!

அந்த இரகசியம் என்னவென்று தெரியுமா?

எனது வாழ்க்கையில் எதுவும் எனக்குச் சொந்தமில்லை.

என் அப்பா எனக்குச் சொந்தமில்லை; அவர், தன்னடைய மனைவியின் சொத்து.

என் அம்மாவும் எனக்குச் சொந்தமில்லை; அவள், அவளது கணவருக்குரியவள்...

என் கணவரும் எனக்குரியவர் இல்லை; அவர், தன்னுடைய அம்மாவின் சொத்து.

நான் வாழ்ந்த வீடுகளில் ஒன்றுகூட எனக்குச் சொந்தமானது இல்லை.

என் அப்பாவின் வீடு என் சொத்தல்ல; அது, அவருடைய மனைவியின் சொத்து.

என் அம்மாவின் வீடும் எனக்குச் சொந்தமில்லை; அது, அவளுடைய கணவரின் சொத்து.

என் கணவரின் வீடும் எனக்குரியது அல்ல; அது, அவருடைய அம்மாவின் சொத்து.

வாழ்க்கை முழுவதும் அந்நியமானவளாகவே இந்த வீடுகளில் வாழ்ந்திருக்கிறேன்... காலம் முழுவதும் விருந்தாளியாகவே இங்கே வசித்திருக்கிறேன்... வாழ்நாள் முழுவதும் 'விருந்தாளி' என்னும் உணர்வை எந்த மனிதனாலும் தாங்கிக்கொள்ள முடியாது. அவனுக்குச் சொந்தமானதைத் தேடி ஓடுகிறான்... அது ஒரு சின்னக் குடிசையாக இருந்தாலும் பரவாயில்லை. மாளிகையில் விருந்தாளியாக இருப்பவனுடன் அவனை ஒப்பிட்டுப் பார்க்கவே முடியாது.

நான் ஓடுவதற்கும் இதுதான் காரணம்.

எனக்குச் சொந்தமான பொருளைத் தேடி ஓடினேன்.

இதுதான் என் இரகசியம்.

இதுதான் என் பிரச்சினை.

பிரச்சினைக்கு விடை கிடைத்தபோது என் மனம் நிம்மதியடைந்தது.

எனது வழியையும் தெரிந்துகொண்டேன்.

மீண்டும் திருமணம் செய்துகொள்ளவேண்டும்.

எனக்கென ஒரு வீடு வேண்டும்; எனக்கு மட்டும் சொந்தமான வீடு; அந்த வீட்டில் கணவர் என்னுடன் வாழ வேண்டும்.

குழந்தையைப் பெற்றெடுக்கவேண்டும்.

பெண் குழந்தையை!

குழந்தைதான் மிகப்பெரும் சொத்து.

என் மகள்தான் என் உலகம்... எனக்கு மட்டும் சொந்தமான உலகம்.

●

மகிழ்ச்சி

காதலித்துத் திருமணம் செய்துகொண்ட இளம் தம்பதிகள் அவர்கள். அவளுடைய காதலில் அவனுக்கு மிகவும் நம்பிக்கை உண்டு. அவர்களிருவரும் பல ஆண்டுகள் ஆனந்தமாக அமைதியாகக் குடும்பம் நடந்திவந்தார்கள். மூர்க்கமானதல்ல அவர்களின் காதல். கருப்புத் தேனின் உவர்ப்பு அவர்களுடைய காதலில் இல்லை. வெண்ணெய்யின் சுவை குறையும்போது ஜாமின் சுவை தூக்கலாக இருக்கும். இங்கே ஜாம் என்பது காதல். வெண்ணெய் என்பது அறிவு.

அவன் ஒரு முன்மாதிரிக் கணவன். வீட்டில். நான்கு சுவர்களுக்கு மத்தியில், மனைவியின் கண்களுக்கு முன்னால் மகிழ்ச்சியாக வாழ்ந்தான். வீட்டிலும் மனைவியிடமும் கிடைக்கும் சந்தோஷமே போதும் எனத் திருப்தியடைந்தான். அவனைப் போலவே மனைவிக்கும் குடும்ப வாழ்க்கையில் திருப்தியுண்டு என்று உறுதியாக நம்பினான். வீட்டில் அவனுக்குக் கிடைக்கும் மகிழ்ச்சி அவளுக்கும் கிடைக்க வேண்டும். இதைவிட அவளுக்கு என்ன வேண்டும்? வீட்டில் எல்லா வசதிகளும் உண்டு. வாழ்க்கையில் வெற்றிபெற்ற, இளமைத் துடிப்பும் ஆற்றலும் அழகும் மிக்க கணவன்; ஒரு மனைவிக்கு இதைவிட வேறு என்ன வேண்டும்?

குடும்ப நண்பர் ஒருவர் அவர்களுடைய வீட்டில் காலடியெடுத்து வைக்கும்வரை அவர்கள் மகிழ்ச்சியாகத்தான் குடும்பம் நடத்தினார்கள்.

எல்லாரும் மனைவியிடம்தான் பத்தவைப்பார்கள். இவன் கணவனின் காதில் கிசுகிசுத்தான்: அவனுடைய மனைவி துரோகி. ரொம்ப நாளாகவே அவனுக்குத் துரோகம் செய்துகொண்டிருக்கிறாள். கல்யாணத்திற்கு முன்பு தொடங்கிய அவளுடைய தவறான தொடர்பு கல்யாணத்திற்குப் பிறகும் தொடர்ந்துகொண்டிருக்கிறது. கணவன் நம்பவில்லை. இவ்வளவு நாட்களாக மகிழ்ச்சியாக வாழ்ந்த வாழ்க்கை பொய்யா? அவன் கடுமையாக மறுத்தான்.

இஹ்சான் அப்துல் குத்தூஸ்

உண்மையாகவே அந்த வாழ்க்கை பொய்தானோ? இருக்கவே இருக்காது. கல்யாணமானதிலிருந்து ஒவ்வொரு நாளும் அவன் சந்தோஷமாக இருந்தான். வீட்டில் இருந்த ஒவ்வொரு நிமிடமும் ஒவ்வொரு வினாடியும் சுகமான வாழ்க்கையை அனுபவித்தான். நண்பர்களே அவனைப் பார்த்துப் பொறாமைப்படும் அளவிற்கு அவன் உற்சாகமாக இருந்தான். ஏன் அவனே அவன் மீது பொறாமைப்பட்டான்.

கணவனுக்குத் தெரியாமல் அவள் செய்த துரோகத்தை ஆதாரத்துடன் நிரூபித்தான். நண்பர்கள் அவனைப் பார்த்துப் பொறாமைப்படவில்லை. அவனை ஏமாளியாகத்தான் பார்த்தார்கள் என்பதை உறுதிப்படுத்த ஆதாரங்களைக் காட்டினான். அவன் கூனிக் குறுகிப் போனான். அவள்மீது அவனுக்கிருந்த நம்பிக்கை, அவனுடைய தைரியம், கடந்தகாலம், நிகழ்காலம் வருங்காலம் எல்லாவற்றையும் அந்த ஆதாரங்கள் தகர்த்தெறிந்தன.

இனி வாழ்க்கையில் என்ன இருக்கிறது? எதுவுமே இல்லை.

எதற்காக வாழவேண்டும்? சாகவேண்டியதுதான். இதற்குப் பிறகு வாழ அவனுக்குத் தகுதியில்லை.

ஏன் அவன் மட்டும் தனியாகச் சாகவேண்டும்? அவனுடன் இந்த மோசக்காரி, துரோகியும் சேர்ந்து சாகவேண்டும். துப்பாக்கியை எடுத்தான். அவளை நோக்கிச் சுடுவதற்கும் முன்பாகக் கொஞ்ச நேரம் யோசித்தான். பிறகு துப்பாக்கியை நண்பனின் பக்கம் திருப்பி அவனைச் சுட்டான்.

நண்பனைக் கொலைசெய்த குற்றத்திற்காகக் கைதுசெய்யப் பட்டு வாக்குமூலம் அளிப்பதற்காக நீதிமன்றத்தில் ஆஜர்படுத்தப்பட்டான்.

அவன் அப்படி என்ன சொல்லப்போகிறான்?

நண்பனை எதற்காகக் கொலைசெய்தான் என்று அவனுக்கே தெரியாது. அவனுடைய நண்பன் நல்லவன்தான். ஒரு விஷயம் மட்டும் அவனுக்குத் தெளிவாகத் தெரியும். அவன் தன் வீட்டில் சந்தோஷமாகக் குடும்பம் நடத்தினான். திருமண வாழ்க்கையில் திருப்தியுடன் இருந்தான். மனைவியை நேசித்தான்; மதித்தான்; பாராட்டினான். தனக்குத் தெரிந்தவரையில் அவளும் அவனை நேசித்தாள். அவனை நல்லபடியாகப் பார்த்துக்கொண்டாள். ஒருநாள் கூட அவனுடைய மனம் நோகும்படி அல்லது அவன் அவளைச் சந்தேகப்படும்படி நடந்து கொண்டதில்லை.

இந்த அன்பும் மகிழ்ச்சியும் கடைசிவரை அவர்களுடைய வாழ்க்கையில் இருந்திருக்கும். அவனும் மனைவியின் அன்பில் நனைந்து சந்தோஷமாக வாழ்ந்திருப்பான். இந்த மகிழ்ச்சி பொய்யாகவே இருக்கட்டும். அவள் அவன்மீது காட்டிய அன்பும் பொய்யாகவே இருக்கட்டும். எது மகிழ்ச்சி? எது அன்பு?

உண்மையில் மகிழ்ச்சி, அன்பு என்று ஒன்று இல்லை. மனிதன் தனக்காக உருவாக்கிய மாயை. உள்ளத்திலிருந்து தோன்றும் மாயை.

இந்தப் பொய்யான மாயை இருக்கும்வரை மகிழ்ச்சியும் அன்பும் இருக்கும். ஒளியின் அழகைப் பற்றிக் கண்தெரியாதவனிடம் எவரும் சொல்லாதவரை கண் பார்வையுடையவனின் மகிழ்ச்சியைவிட அவனுடைய மகிழ்ச்சி எந்தவிதத்திலும் குறைவானதல்ல.

இந்த மனைவி கடைசிவரை துரோகம் செய்பவளாகவே இருந்து விட்டுப் போகட்டும். அவளுடைய துரோகம் கணவனுக்குத் தெரியாதவரை, அதன் விளைவை அவன் உணராதவரை அவனுக்கு என்ன நஷ்டம்? அவனுக்குத் தெரியாமல், நண்பர்கள் அவனுடைய முதுகிற்குப் பின்னால் அவனைப் பற்றி பேசிச் சிரிப்பதனால் அவனுக்கு என்ன கஷ்டம்? அவன் தன்னைப் பெரிதாக நினைக்கும்போது மற்றவர்கள் பார்வையில் தான் ஒன்றுமில்லாதவனாக இருப்பதனால் தனக்கு என்ன சிக்கல்?

அவனுடைய மனைவி செய்த துரோகத்தால் அவன் இந்த நிலைக்கு ஆளாகவில்லை. அவள் அவனை மகிழ்ச்சியாகத்தான் வைத்திருந்தாள். அவனுடைய மரியாதை, துணிவு, தன்னம்பிக்கை எல்லாவற்றையும் காப்பாற்றினாள். மனைவியின் துரோகத்தை தன்னுடைய நண்பன் கண்டுபிடித்ததால்தான் அவனுக்குப் பைத்தியமே பிடித்தது. அவன் அதைக் கண்டுபிடிக்காமல் இருந்திருந்தால் அவன் எதையும் இழந்திருக்க மாட்டான். அவன்தான் குற்றவாளி; அவன் கொல்லப்படவேண்டியவன்தான்.

இதுதான் கணவன் நீதிமன்றத்தில் அளித்த வாக்குமூலம்.

நீதிமன்றம் ஒத்திவைக்கப்பட்டது. நீதிபதிகள் ஆலோசனை செய்து விட்டு தீர்ப்பை வாசித்தார்கள்:

குற்றவாளிக்கு மரண தண்டனையோ கடுங்காவல் தண்டனையோ வழங்கப்படாது. குறைந்தபட்ச தண்டனை. ஏழாண்டுச் சிறை தண்டனை அளிக்கப்படுகிறது. இந்த வழக்கில் உண்மையான குற்றவாளி கொலைசெய்த கணவனோ, துரோகம் செய்த மனைவியோ அல்ல. அவளைக் காட்டிக்கொடுத்து, கூட்டைக் கலைத்து, மகிழ்ச்சியைக் கொலை செய்த அவனுடைய நண்பன். அவன்தான் குற்றவாளி.

●

ஐவரில் ஒருவன்

பெரும்பாலான பெண்களைப் போலவே அவள் அவனைத் திருமணம்செய்துகொண்டாள்.

உயர்ந்த படிப்பு, நல்ல கம்பெனி, வசதியான எதிர்காலம் எல்லாவற்றையும் சொல்லி அவளைப் பெண்கேட்டான். அவளும் அவனைத் திருமணம் செய்துகொண்டாள்.

திருமணத்திற்குப் பிறகு சிறிது காலம் அவனை அவளால் நேசிக்க முடியவில்லை; வெறுக்கவுமில்லை; அவனிடம் மரியாதையோடு நடந்துகொண்டாள். கணவனுக்குச் செய்யவேண்டிய எல்லாக் கடமைகளையும் தவறாமல் நிறைவேற்றினாள். எந்த ஆணுடனும் அவளுக்குத் தவறான தொடர்பு இருந்ததில்லை. வீட்டையும் குழந்தைகளையும் நல்ல முறையில் கவனித்துவந்தாள். தன்னையும் அவனை யும் மதிக்கும் உறவினர்களிடமும் நண்பர்களிடமும் நல்லமுறையில் பழகினாள்.

திருமணமாகிப் பத்துவருடங்கள் முடிந்துவிட்டன. ஒருநாள்கூட அவன் அவளைச் சந்தேகப்பட்டதில்லை. கோடை இரவுகளைப் போல அவன் அவளுடன் அமைதி யாகக் குடும்பம் நடத்திவந்தான்.

திடீரென அவனுக்குள் ஒரு மாற்றம் ...

காரணம் வயது வித்தியாசம். அவனுக்கு ஐம்பது வயது, அவளுக்கு முப்பது வயது. தனது உடல் பலவீனத்தால் தாம்பத்திய உறவில் விரிசல் ஏற்பட்டுவிடுமோ என யோசிக்க ஆரம்பித்தான். அவள் இளமையானவள், தாம்பத்திய உறவுக்கு ஏங்கக்கூடியவள்.

அவனுக்குள் ஒருவிதச் சந்தேக உணர்வு ஏற்பட்டது. இதுவரை இல்லாதவகையில் ஒவ்வொன்றையும் கண்காணிக்க ஆரம்பித்தான்.

பெரும்பாலும் அவன் வீட்டில் இருப்பதில்லை. நீண்ட நேரம் அலுவலகத்தில் வேலைசெய்துகொண்டிருப்பான். அடிக்கடி வெளியூர்களுக்குச் செல்வான். அவன் வீட்டில் இல்லாதபோது மனைவி என்ன செய்வாளோ? கிளப்பிற்குப் போவாளா? கிளப்பில் யாருடன் உட்கார்ந்திருப்பாள்? யாருடன் கிளப்பிற்குப் போவாள்? இறைவனுக்குத்தான் தெரியும். இப்படியான கேள்விகளும் சந்தேகமும் அவனுக்குள் எழுந்தன.

ஒருமுறை தொலைபேசி மணி ஒலித்தது. யாருமே தொலைபேசியை எடுக்கவில்லை. தலை வெடித்துவிடுவதுபோல் இருந்தது அவனுக்கு.

கோபத்தால் நரம்புகள் புடைத்தன. பல வருடங்களுக்கும் முன்பு ஒரு முறை தொலைபேசி மணி ஒலித்தது. அப்போதும் இதைப்போல யாருமே தொலைபேசியை எடுக்காதது அவனுடைய நினைவுக்கு வந்தது.

யார் போன் செய்திருப்பார்கள்?

கண்டிப்பாக அவளுடைய கள்ளக் காதலன்தான்; மனைவியின் கள்ளக் காதலன்.

கோபத்தைக் கொஞ்சம் கொஞ்சமாகத் தணிக்க முயன்றான். இதுவரை மனைவியை முழுமையாக நம்பிய அவன் இனிமேலும் அவளை முழுமையாக நம்பவேண்டும் என்றே நினைத்தான். எல்லாரும் அவள்மீது நம்பிக்கைவைத்திருக்கிறார்கள். கணவனுக்குத் துரோகம் செய்ய நினைக்காதவள் என மற்றவர்கள் அவள்மீது பொறாமைகொள்கிறார்கள். ஆகவே அவளைச் சந்தேகப்படக் கூடாது. அவளை முழுமையாக நம்பவேண்டும் என்று தனக்குத்தானே சமாதானம் செய்துகொள்ள முயற்சிசெய்தான்.

இந்த போன்? யாரும் போனை எடுக்கவில்லை. ஒருவேளை வீட்டு வேலைக்காரிக்கு வந்த போனாக இருக்குமோ? அல்லது சமையலுக்கு ஆள் வேணுமா என்று விசாரித்துப் பெண் யாராவது போன் செய்திருப்பாளோ? ஏன் அவளுடைய கள்ளக் காதலனாக இருக்கக் கூடாது? நாம் ஏன் அவளை முழுமையாக நம்ப வேண்டும், கணவனுக்குத் துரோகம் செய்யவேமாட்டாள் என்று ஏன் நினைக்கவேண்டும்... ஏன்... ஏன்... ஏன்?

தணிந்திருந்த கோபம் இப்போது வீடு முழுவதும் பரவியது. இருவருக்குமிடையே நாய் குரைப்பதைப்போல கடுமையான வாக்குவாதம். அவன் கத்தினான்:

"நீ துரோகி... நீ கள்ளக் காதலனை வைத்திருக்கிறாய்..."

"கத்துறத முதல்ல நிறுத்துங்க" அவள் பதிலுக்குக் கத்தினாள்.

"நான் கவனக்குறைவாக இருந்துவிட்டேன். நீ எனக்குத் துரோகம் செய்துவிட்டாய்" மீண்டும் சத்தமிட்டான்.

"கெஞ்சிக் கேட்டுக்கிறேன்... திரும்பவும் இந்த வார்த்தையைச் சொல்லாதீங்க; பைத்தியமா உங்களுக்கு."

"அவனை... உன் கள்ளக் காதலனை எனக்குத் தெரியும்."

"சரி, சொல்லுங்க. யார் அவன்?" நிதானமாகக் கேட்டாள்.

"ஐந்துபேர்களில், நம்முடைய நண்பர்கள் ஐந்துபேர்களில் ஒருவன். அவன் யார் என்று இப்போது சரியாகத் தெரியவில்லை. ஆனால் கண்டிப்பாக ஒருநாள் அவன் மாட்டுவான்." விஷத்தைக் கக்கும் தொனியில் சொல்லிவிட்டு அங்கிருந்து சென்றான். அவன் உள்ளத்தில் வன்மச் சிரிப்பு.

ஐந்து நண்பர்கள் மீதுதான் அவனுக்குச் சந்தேகம். அதற்கு எந்த ஆதாரமும் இல்லை. ஐந்துபேர்களில் ஒருவனையோ அல்லது பத்துப்பேர்களில் ஒருவனையோ சந்தேகிக்க ஒரு சின்ன தடயம்கூட அவனிடம் கிடையாது. அதே சமயம் தன்னுடைய நண்பர்கள், அவளுடைய நண்பர்கள் அனைவரிடமிருந்தும் அவள் விலகி இருக்க வேண்டிய சூழ்நிலையை அவன் உருவாக்கிவிட்டான். இனி கணவன் சந்தேகப்படும் அந்த ஐந்துபேர்கள் யாராக இருக்கும் என அவள் யோசிக்க ஆரம்பிப்பாள். பிறகு அவர்களுடன் உள்ள தொடர்பை நிறுத்திவிடுவாள். அப்போதுதான் கணவனின் சந்தேகம் அதிகமாகாமல் இருக்கும் என நினைப்பாள். கிளப்பில் ஆண்களுடன் உட்காரக்கூடாது, பொதுநிகழ்ச்சிகளில் கலந்துகொள்ளக்கூடாது, வீட்டிலும் எந்த விருந்தையும் நடத்தக்கூடாது என்ற முடிவுக்கு வருவாள்.

இந்தத் திட்டத்தின் மூலம் மற்றவர்களிடமிருந்து அவளைத் தனிமைப்படுத்திவிடலாம்; வீட்டிலேயே அடைத்துவைக்கலாம்; கள்ளக் காதலுடன் வாழ நினைக்கும் அவளது ஆசையை நாசமாக்கிவிடலாம்.

தனது புத்திசாலித்தனத்தை நினைத்து அவன் ஆறுதல் அடைந்தான். இப்போது உள்ளத்தில் எரிந்துகொண்டிருந்த வன்ம நெருப்பு இன்னும் வேகமாக எரியத் தொடங்கியது.

அவளும் மற்றவர்களிடமிருந்து விலகி வாழ ஆரம்பித்தாள். கிளப்பிற்குப் போவதை நிறுத்தினாள். யார் விருந்துக்கு அழைத்தாலும் போகமாட்டாள். அவள் கண்களுக்கு ஒவ்வோர் ஆணும் தன்னுடைய கணவன் சந்தேகப்படும் ஐந்துபேர்களில் ஒருவனாகத் தெரிந்தான். இப்போதைக்குக் கணவனின் சந்தேகப்பார்வைக்குத் தீனிபோட அவள் விரும்பவில்லை. அவனுடைய வேதனையை, ரோஷத்தை அதிகப்படுத்தவும் அவள் நினைக்கவில்லை.

அவள் யோசித்துக்கொண்டேயிருந்தாள்...

அந்த ஐந்துபேர்கள் யாராக இருக்கும்?

முஹம்மத்.... அஹ்மத்... கலீல்... இப்ராஹீம்... அப்புறம் அவன்... இவர்களாக இருக்குமோ?

அவளுக்குத் தெரிந்த ஐந்துபேர்கள் அவளது நினைவுகளில் வந்துபோனார்கள்.

கணவன் சந்தேகப்படும் ஐந்துபேர்கள் இவர்களாகத்தான் இருக்கும்.

இவர்களில் தன்னுடைய காதலனாக இருக்கத் தகுதியுடையவன் யார்? மனைவியின் கள்ளக்காதலன் என்று கணவன் நம்பும் அளவிற்குத் தகுதியானவன் யார்?

இப்ராஹீம்தான் மீண்டும் மீண்டும் அவளது நினைவுகளில் வந்தான்.

அவன் அழகானவன்; பழுப்பு நிறம்; உயரமானவன்; உள்ளங்களைக் கவரும் கண்கள்; இரவு விருந்திற்கு அழைக்கும் அடர்த்தியான புருவங்கள். இளமை ததும்பும் உதடுகள்; இவற்றிற்கெல்லாம் சொந்தக்காரன் இப்ராஹீம்.

அவளுக்கே ஆச்சரியமாக இருந்தது. இதற்கும் முன்பு அவனது அழகை அவள் நினைத்துப் பார்த்ததில்லை. பல விருந்துகளில் இருவரும் கலந்துகொண்டிருக்கிறார்கள். ஒருமுறை அவன் அவளுடன் நடனமாடி யிருக்கிறான். அப்போதுகூட அவனது அழகை அவள் உணரவில்லை. ஆனால் இப்போது அவளது நினைவை, நினைவு முழுவதையும் அவனது அழகு ஆக்கிரமித்திருக்கிறது.

நிகழ்ச்சிகளில் இப்ராஹீமைப் பார்த்து மற்ற ஆண்களுக்குப் பொறாமை ஏற்பட்டால் ஏதாவது காரணம் சொல்லித் தங்கள் மனைவிமார்களை அழைத்துக்கொண்டு உடனே சென்றுவிடுவார்கள். அவனது அழகில் மயங்காதே பெண்களே கிடையாது.

அவனுடைய உருவம், மூச்சுக்காற்றைப்போன்ற மென்மையான குரல் எல்லாவற்றையும் ஒவ்வொன்றாக இப்போது அவள் நினைத்துப் பார்க்கிறாள். அவர்கள் சந்தித்துக்கொள்ளும்போதெல்லாம் அவன் அவளிடம் ஆர்வத்துடன் இனிமையாகப் பேசுவான். ஒருமுறை அவள் அணிந்திருந்த ஆடையை வெகுவாகப் பாராட்டினான். மற்றொரு தடவை அவள் சிகை அலங்காரத்தை மாற்றியிருப்பதைக் கவனித்த அவன், அவளை வைத்த கண் வாங்காமல் பார்த்துக்கொண்டிருந்தான்.

அவனது இனிமையான பேச்சு, அவன் அவளையே பார்த்துக் கொண்டிருந்தது இவற்றையெல்லாம் அவள் கவனிக்கவில்லை. அவளது கணவன் கவனித்திருக்க வாய்ப்புண்டு. அதனால்தான் இப்போது அவனுக்குச் சந்தேகம் வருகிறது.

சிரிக்கிறாள்.

அவளது நினைவுகள் இப்ராஹீமைச் சுற்றிச்சுற்றி வருகின்றன.

கணவனின் ரோஷத்தை மறந்தாள். கொஞ்சம் கொஞ்சமாக தன்னுடைய நினைவுகளுக்குப் பின்னால் செல்ல ஆரம்பித்தாள். அந்த நினைவுகள் அவளைத் தூண்டிக்கொண்டேயிருந்தன. திடீரென எழுந்தாள். இப்ராஹீமைப் பார்க்க புறப்பட்டாள்.

முதல்முறையாக அவனைப் பாரக்கவேண்டுமென்ற ஆசை.

இஹ்சான் அப்துல் குத்தூஸ்

இதற்கும் முன்பு பல நிகழ்ச்சிகளில் எல்லாருக்கும் மத்தியில்தான் அவனைப் பார்த்திருக்கிறாள். இன்று அவனைத் தனியாக... அவளது நினைவுகளுக்கு இதுவொரு பரீட்சை.

தொலைவிலிருந்து அவனைப் பார்த்தாள்.

தயக்கத்துடன் தன்னை அவனது காதலியாக உணர்ந்தாள்.

தூரத்திலிருந்தே பார்த்துக்கொண்டிருப்போம். ஆனால் அவன் அவளைப் பார்த்துவிட்டான். எப்போதும்போல புன்முறுவலுடன் அவளருகில் வந்தான். எல்லாரிடமும் இப்படித்தான் சிரித்துக்கொண்டே பழகுவான். முதல்முறையாக அவனுடைய புன்னகையைக் கூர்ந்து பார்த்தாள். அவளுடைய கண்களுக்கு அது காதல் புன்னகையாகத் தெரிந்தது. அவளுக்கு மட்டுமே சொந்தமான புன்னகை.

"தயவுசெய்து கொஞ்சம் தள்ளி நில்லுங்க" கண்களில் ஒருவிதப் பயத்துடன் சொன்னாள்.

"ஏன்? என்னாச்சு?" சற்று அதிர்ச்சியுடன் கேட்டான்.

"வேறொரு நாளில் எல்லாவற்றையும் சொல்கிறேன். இப்போது வேண்டாம்" தன்னைச் சுற்றிலும் பார்த்தவாறு கூறினாள்.

"ஏன் திடீர்னு கிளம்புறீங்க? சொல்லுங்க, இப்பவே சொல்லுங்க. எனக்கு ஒன்றும் புரியவில்லை."

அழகான பழுப்பு நிறத்தில், உயரமான தோற்றத்தில் அவளுக்கு நேருக்கு நேராக நின்றுகொண்டு சொன்னான்.

"கோல்ப் மைதானத்தில் உங்களைச் சந்திக்கிறேன். அப்போது எல்லாவற்றையும் சொல்கிறேன்" அங்குமிங்கும் பார்த்தவாறு அவசரமாகச் சொல்லிவிட்டுச் சென்றாள்.

அவனுக்கு ஒரே ஆச்சரியம்; ஆச்சரியத்தில் புருவங்கள் உயர்ந்தன. கோல்ப் மைதானத்தில் அவளுக்கு முன்பாகச் சென்றுவிட்டான்.

இருவரும் ஒரு பெரிய மரத்தடியில் சந்திக்கிறார்கள்.

"என் கணவர் எல்லாவற்றையும் பார்த்துவிட்டார்" மூச்சுவாங்கியபடிச் சொன்னாள்.

"எதைப் பார்த்துவிட்டார்?" ஆச்சரியமாகக் கேட்டான்.

"உங்களுக்கு என்மீதுள்ள ஆசை; என்னை நீங்கள் மயக்க முயற்சி செய்தது; எல்லாவற்றையும் கவனித்துவிட்டார்."

அவன் அதிர்ச்சியில் உறைந்துபோனான். நமட்டுச் சிரிப்பு சிரித்தவாறு அதைச் சமாளித்துக்கொண்டான். அவனுக்கு அவளைப் பிடிக்கும். ஆனால் ஒருபோதும் அவளை அடைய நினைத்ததில்லை.

கள்ளக் காதலியாக அவளை எப்போதும் நினைத்துப் பார்த்ததில்லை. நல்ல அழகான குடும்பப்பெண் என்ற வகையில்தான் அவளை அவனுக்குப் பிடிக்கும். இவள் சொல்வதைப் பார்த்தால் அவனைத் தன் வலையில் சிக்கவைப்பதற்காக அவள் செய்யும் தந்திரமாக இருக்கலாமோ...

"உங்களுடைய கணவர் என்ன செய்தார் என்று எனக்குத் தெரியாது. ஆனால் நீங்கள் ஒருமுறை என்னிடம் எப்படி நடந்துகொண்டீர்கள் என்பது எனக்கு நன்றாக நினைவிருக்கிறது. சில மாதங்களுக்கும் முன்பு கண்சாடையால் உங்களை அழைத்தேன்; அதைக் கண்டுகொள்ளாமல் என்னிடம் கடினமாக நடந்துகொண்டீர்கள். நான் உங்கள் அருகில் வரவேகூடாது, உங்கள் வாழ்க்கையில் தலையிடவே கூடாது என்பது போல என்னை அலட்சியம் செய்தீர்கள். இது எனக்குப் பிடித்திருந்தது" காதலனைப் போல அவளிடம் இதமாகச் சொன்னான்.

அவள் படபடத்தாள்; கட்டுப்பாட்டை இழந்தாள். முதல்முறையாக ஓர் ஆண் தன்னைப் பாராட்டுவதைக் கேட்கிறாள்.

அவன் அவளது கரங்களைப் பற்றினான். அவள் எதிர்ப்பு தெரிவிக்கவில்லை. அவன் அவளது கரங்களைப் பற்றியபோது அவளது ஒவ்வொரு நரம்பிலும் அவன் ஊடுருவது போன்ற உணர்வு. இதயத்தைப் பிளந்து அழகான முகமும் அவனது முழு உருவமும் உள்ளே செல்வது போன்ற உணர்வு.

அவளருகில் சென்று...

அவளை மார்போடு மார்பாக அணைத்துக்கொண்டான்.

"வேண்டாம் வேண்டாம்... யாராவது பார்த்துவிடுவார்கள்... நான் போகிறேன்... என்னைத் தேடிக் கணவர் வந்தாலும் வருவார்."

"நான் போனில் பேசுகிறேன்" அவளது கரங்களைப் பற்றியபடிச் சொன்னான்.

"அது முடியாது. கணவர் போனைக் கண்காணித்துக் கொண்டே யிருப்பார்."

அவளைப் பார்த்தபடி, அடுத்து எப்படி சந்திக்கலாம் என யோசித்துக்கொண்டிருந்தான். அப்போது ஒரு யோசனை:

"பிளாட்டில் என் பிளாட்டில் சந்திக்கலாமா?"

"என்ன சொல்றீங்க? முடியவே முடியாது!"

"நீண்ட நாட்கள் காத்திருந்துவிட்டேன். தயவுசெய்து இனியொரு ஆயுள் என்னைக் காக்கவைத்துவிட்டு, என்னைத் தனியாக விட்டுவிட்டுச் சென்றுவிடாதே."

அவனைப் பரிவோடு பார்த்தாள். இவ்வளவு நாட்கள் காத்திருந்ததற் காக அவன்மீதும் தன்மீதும் பரிதாபப்படுவதைப் போல பார்த்தாள்.

அவனது கையிலிருந்து தனது கையை உருவியபடி: "நாளை… காலை பதினொரு மணிக்கு."

அவனுடைய பிளாட் எண்ணை மீண்டும் ஒருமுறை ஞாபகப் படுத்தியவாறு சென்றாள்.

அவன் திகைத்தபடி நின்றுகொண்டிருந்தான். திருமணமான பெண் இவ்வளவு எளிதாகக் காதலில் விழுவாள் என்றால் யார் நம்புவார்கள்? சர்வ சாதாரணமாக ரோஷக்காரக் கணவனுக்குத் துரோகம் செய்து விட்டு இன்னொருவனைக் காதலிக்கிறாள் என்று சொன்னால் யார் நம்புவார்கள்?

அடுத்த நாள் கள்ளக்காதலனிடம் சென்றுவிட்டாள்.

கணவனுக்குத் துரோகம் செய்தாள்.

அலுவலகத்தில் கணவன் தனது புத்திசாலித்தனத்தை மெச்சி மகிழ்ந்துகொண்டிருந்தான்.

●

அம்மா

அவளுக்குக் கணவன் இல்லை; சொந்தப்பந்தங்களும் இல்லை. அவளுக்கென்று தனிப்பட்ட ஆசைகள் எதுவும் கிடையாது. மகள்தான் அவளது உலகம். ஒவ்வொரு வினாடியும் தன் மகளுக்காகவே வாழ்ந்தாள். தனது உணர்வுகள், ஆசாபாசங்கள் அனைத்தையும் மகளுக்காகவே அர்ப்பணித்தாள். மகள் ஒருநாளில் எத்தனைமுறை சிரித்தாள், எத்தனைமுறை அழுதாள்? எல்லாமே அவளுக்கு மிகத் துல்லியமாகத் தெரியும். மகள் பேசத் தொடங்கிய நாளிலிருந்து இதுவரை எத்தனை வார்த்தைகள் பேசியிருக்கிறாள் என்பதும் அவளுக்கு அத்துப்படி. மகள் பேசும் ஒவ்வொரு வார்த்தையும் அவளுக்கு வேதவாக்கு.

ஒருநாள் அதிசயிக்கத்தக்க மாற்றம் அவளுக்குள் நிகழ்ந்தது. மகளுக்கு ஏற்படும் உள்ளுணர்வுகள், உணர்ச்சிகள் அவளுக்குள்ளும் ஏற்பட்டன. மகள் அனுபவிக்கும் உடல் ரீதியான, மன ரீதியான கிளர்ச்சிகளை ஒரே நேரத்தில் அம்மாவும் அனுபவித்தாள். மகளுக்கும் அம்மாவுக்கும் இடையே ஒருவித வயர்லெஸ் இணைப்பு உருவானது. மகளுக்கு வயிற்று வலி ஏற்படும்போது அதே வலியை அம்மாவும் உணர்ந்தாள். மகள் சிரிக்கும்போது அவள் ஆனந்தமடைந்தாள். மகள் அழும்போது அவளுக்குக் கண்களிலிருந்து கண்ணீர் வடியும் உணர்வு ஏற்பட்டது.

இப்போது அவள் தன் மகளுக்காக வாழவில்லை; மகளுக்குள் வாழ ஆரம்பித்தாள்.

பதினெட்டு வயதிருக்கும்போது மகள் ஒருவனைக் காதலிக்கத் தொடங்கினாள். அந்தக் காதல் உணர்வை அம்மாவும் அனுபவித்தாள். மகள் சுவைக்கும் காதல் சுகம், வலி குழப்பம், விரக்தி எல்லாவற்றையும் அம்மாவும் சுவைத்தாள்.

ஒருமுறை மகள் தன் காதலனைப் பார்க்க வெளியே சென்றாள். அப்போது அம்மா வீட்டிலிருந்தாள். காதலனைச்

இஹ்சான் அப்துல் குத்தூஸ்

சந்தித்த வேளையில் மகளுக்கு ஏற்பட்ட ஆனந்தம் சற்றும் குறையாமல் வீட்டில் இருந்த அம்மாவின் உள்ளத்திலும் வழிந்தோடியது. காதலன் கொடுத்த முத்தங்கள் தனது உதடுகளை நனைத்த உணர்வை அடைந்தாள். அவன் காதலியைத் தொட்டபோது ஏற்பட்ட சிலிர்ப்பை அவள் தனது உடலில் உணர்ந்தாள். மகளின் முனங்கல் அவளது செவிகளில் ஒலித்தது.

மகள் அடைந்த பேரானந்தத்தால் அம்மாவின் உடல் இளமை யடைந்தது. முதுமையின் கழுத்தை நெறித்துக் கொன்றுவிட்டு, பல ஆண்டுகளுக்குப் பிறகு இளமை அவளுக்குள் திரும்பியது. மகள் பெற்ற எல்லா உணர்ச்சிகளையும் அவளது உடலும் பெற்றது.

வழக்கமாகக் காதலர்களுக்கு மத்தியில் ஏற்படும் பிரச்சினை ஒருநாள் இவர்களுக்கிடையேயும் ஏற்பட்டது. இருவரும் கடுமையாக வாக்குவாதம் செய்தனர். இறுதியில் அவன் அவளைத் திருமணம் செய்ய மறுத்துவிட்டான்.

மகள் இரவு முழுவதும் வேதனையால் அழுதுகொண்டிருந்தாள். மறுபுறம் அம்மாவும் அழுதுகொண்டிருந்தாள். மகளுக்காக எதை யாவது செய்யவேண்டும், அவளது காதலனைச் சமாதானப்படுத்தித் திருமணத்திற்குச் சம்மதிக்கவைக்க வேண்டும் என்று முடிவெடுத்து, அம்மா அவனைப் பார்க்கச் சென்றாள்.

அவனுக்கு முன்னால் அவள் அம்மாவாக நிற்கவில்லை; மகளாக நின்றாள்; மகளாகவே பேசினாள். அவனுடைய காதலியாக, காதலியின் இதயத்தால் மென்மையாகப் பேசினாள். அவளது உதடுகள் மகளின் உதடுகள். அந்த உதடுகள் அவனுடைய உதடுகளுக்காக ஏங்கின. அவளுடைய உடல் மகளின் உடல் சிலிர்ப்பதைப் போல சிலிர்த்தது. அவனை அடையவேண்டும் என்றதுடிப்பு அவளது உடலுக்கு ஏற்பட்டது. அவனுடைய மார்பில் சாயவேண்டும், அவன் அவளை முத்தமிட வேண்டும், அவளை அணைத்துக்கொள்ள வேண்டும் என உடல் விரும்பியது. அவள் போராடினாள். அம்மா என்னும் உறவைத் தனக்குள் மீட்டெடுக்க முயன்றாள். ஆனால் முடியவில்லை. இறுதியில் அவனிடமிருந்து விலக மட்டுமே அவளால் முடிந்தது. வேகமாக வீட்டுக்குச் சென்றாள். கட்டிலில் புரண்டாள். "இறைவா" எனக் கதறிக் கண்ணீர் விட்டு அழுதாள்.

●

வேலை

மடையர்கள், வெட்கம் கெட்டவர்கள், வேலை வெட்டி இல்லாமல் நான் சும்மா இருக்கிறேனாம்... ஒவ்வொரு நாளும் எவ்வளவு கஷ்டமான பெரிய வேலைகளையெல் லாம் செய்துகொண்டிருக்கிறேன், தெரியுமா அவர்களுக்கு?

ஐந்தாண்டுகள் இறக்குமதி, ஏற்றுமதி கம்பெனி ஒன்றில் வேலை பார்த்தேன். நான்குமணிநேரம், ஒரு சாதாரண வேலை. என் மனைவி ஷிகோரெலிலில் ஒரு கடையில் டெய்லராக வேலைபார்த்துவந்தாள். அவளுக்கு எட்டுமணிநேரம் வேலை. என்னைவிட இரண்டு மடங்குச் சம்பளம்.

திடீரென கம்பெனியிலிருந்து விலகிவிட்டேன். அதற்குப் பிறகு புதிய வேலை தேடி கம்பெனிகள், தொழிற்சாலைகள், அரசு அலுவலகங்கள் ஒன்றுவிடாமல் பல நாட்கள் ஏறி இறங்கினேன். கடைசியில் என் ஷு தேய்ந்து காலுறைகள் என் கால்களில் ஒட்டிக்கொண்டதுதான் மிச்சம். வேலை தேடும் நேரம்போக மற்ற நேரங்களில் மனைவி வரும்வரை வீட்டு வேலைகள் செய்வேன். பாத்திரம் கழுவுதல், வீடு பெருக்குதல், மேஜை, நாற்காலிகளைச் சுத்தம் செய்தல், குழந்தைகளைக் கவனித்தல் போன்ற வேலைகளைச் செய்வேன். எனக்கு மூன்று குழந்தைகள். ஒரு மகள், இரண்டு மகன்கள். மனைவி வீட்டுக்கு வரும்போது வீடு சுத்தமாக இருப்பதைப் பார்த்துச் சந்தோஷப்படுவாள். நீண்டநாள் அனுபவமுள்ளவன் சுத்தம் செய்ததைப்போல வீடு பளிச்சென இருக்கும்.

சிலநாட்களுக்குப் பிறகு வீட்டுவேலைகள் செய்வது எனக்கு முக்கியமாகப் பட்டது. ஒன்றுவிடாமல் எல்லா வேலைகளையும் செய்ய ஆரம்பித்தேன். எந்தப் பிரயோஜனமு மில்லாமல் கம்பெனிகள், தொழிற்சாலைகள், அரசு அலுவலகங்களில் வேலை தேடி அலைவதை அடியோடு நிறுத்திவிட்டேன். இனி கால்களுக்கு ஓய்வு. ஷுக்களைப்

பத்திரப்படுத்திவைத்தேன். வீட்டிலுள்ள சின்னச் சின்ன வேலைகள் முதற்கொண்டு எல்லா வேலைகளையும் ஆர்வத்துடன் சுறுசுறுப்புடன் செய்ய ஆரம்பித்தேன். கிழிந்த ஆடைகளைத் தைப்பது, குழந்தைகளுக்குத் தலைவாரிவிடுவது எல்லாவற்றையும் சீக்கிரமாகக் கற்றுக்கொண்டேன். கடைசிக் குழந்தைக்குத் தூக்கம் வரும்போது இனிமையாகத் தாலாட்டுப் பாடித் தூங்கவைப்பேன் – சில பாடல்களை நானே சொந்தமாக எழுதினேன் – என் இனிமையான குரலைக்கேட்டு ஒரு நொடியில் குழந்தை தூங்கிவிடும். சமையல் செய்வதற்கும் கற்றுக்கொண்டேன். மளிகைக்கடைக்காரனிடமும் காய்கறிக்கடைக்காரனிடம் பேரம் பேசுவதற்குப் பழகிவிட்டேன். வீட்டிலுள்ள பெண்கள்கூட இந்தத் திருடர்களிடம் என்னைப்போல பேரம் பேசமாட்டார்கள்; துணி துவைக்கவும் தெரியும். இப்போது ஒன்றுவிடாமல் எல்லா வீட்டு வேலைகளும் எனக்கு அத்துப்படி...

வேலைக்குப் போகாமல் மனைவியின் சம்பாத்தியத்தில் வீட்டில் உட்கார்ந்து சாப்பிடுகிறேன் என்று ஊர்க்காரர்கள் பேச ஆரம்பித்தார்கள். அவர்களுக்குப் பக்கத்தில் செல்லும்போது என்னை ஒரு மாதிரியாகப் பார்ப்பார்கள். முட்டாள்கள்; விவரம் தெரியாதவர்கள். நான் எவ்வளவு பெரிய வேலையைச் செய்துகொண்டிருக்கிறேன். ஒவ்வொரு நாளும் எவ்வளவு கஷ்டப்படுகிறேன், எதுவும் அவர்களுக்குத் தெரியாது.

நான் இப்படி வீட்டிலேயே இருப்பது சிலநேரம் மனைவிக்குப் பிடிக்காது. அதற்காகச் சண்டைபோடமாட்டாள். எப்போதும் அமைதியாகவே இருப்பாள். கோபம் அதிகமானால்கூட எப்போதாவது எதையாவது சொல்வாள்; அவ்வளவுதான். படுக்கச்செல்லும்போது மட்டும் சிரமப்பட்டு அவளைப் பார்த்து லேசாக ஒரு சிரி சிரிப்பேன். வீட்டுவேலைகளில் இதுதான் எனக்கு ரொம்பவும் கஷ்டமான வேலை.

இப்படியே ஐந்து ஆண்டுகள் ஓடிவிட்டன.

ஒருநாள்...

எப்போதும்போல மனைவி வேலைக்குப் போனாள். முகம் கழுவி விடுவதற்காக கடைசிக் குழந்தையைத் தேடினேன். என் மகள் குழந்தைக்கு முகம் கழுவிக்கொண்டிருந்தாள். என்ன இது? எந்த உரிமையில் என் மகனுக்கு முகம் கழுவிவிடுகிறாள்? பெரிய மனுஷி ஆகிவிட்டாளா? இப்போது அவளுக்குப் பத்து வயதுதான். என் வேலைக்குப் போட்டியாக வருவாளோ? வேலையை விட்டு என்னைத் துரத்திவிடுவாளோ? வேலை போய்விடுமோ? கூடாது... ஒருபோதும் இது நடக்கக் கூடாது.

ஒரு அறைவிட்டு அவளுடைய கையிலிருந்து குழந்தையை வாங்கி நான் முகம் கழுவிவிட்டேன். அவள் என் முகத்திற்கு நேராகக் கத்தினாள்: "ஏன் வேலை தேடிப் போகாம அம்மா சம்பாத்தியத்தில வீட்ல உட்கார்ந்து சாப்பிட்டுட்டு இருக்கிறீங்க?"

திமிர்பிடித்தவள்; ஒழுங்காக வளர்க்கவில்லை. தந்தையிடம் இப்படி பேச எங்கிருந்து வந்தது இவ்வளவு துணிச்சல்? யார் சொல்லிக்

கொடுத்தது? ஒழுங்காக வளர்க்கவேண்டும், இனி தந்தையிடம் எப்படி மரியாதையுடன் பேசவேண்டும் என்று பாடம் புகட்டவேண்டும்.

கோபம் தலைக்கேறி அவளை அடிக்க ஆரம்பித்தேன், கதறி அழுதாள். கண்டுகொள்ளாமல் முடியைப் பிடித்து இழுத்து அவளுக்கு முகம் கழுவிவிட்டேன். வலுக்கட்டாயமாக உட்காரவைத்துத் தலைவாரிச் சடைபின்னிவிட்டேன். இது என் வேலை... எனக்குப் போட்டியாக வர யாரையும் விடமாட்டேன்.

மாலையில் எப்போதும்போல மனைவி களைப்பாக வீட்டுக்கு வந்தாள். அதற்குள் மகள் புகார்சொல்ல ஆரம்பித்தாள். நானும் என் பக்கத்து நியாயங்களைச் சொன்னேன். பொறுமையிழந்த மனைவி ஆத்திரத்தில் கத்தினாள்: "இரண்டுபேரும் கொஞ்சம் வாயை மூடுறீங்களா? எதையும் எனக்குக் கேட்க வேண்டாம்." சிறிது நேரம் கழிந்து மகளை அழைத்து மார்போடு அணைத்துத் தலையில் முகம் பதித்து அழுதாள்.

அன்று முதல் ஒவ்வொரு நாளும் எனக்கும் மகளுக்குமிடையே ஓயாமல் சண்டை நடந்துகொண்டேயிருந்தது. சர்வ சாதாரணமாக என்னை வேலையிலிருந்து விரட்ட நினைத்தாள். இதனால் அவளை வெறுக்க ஆரம்பித்தேன்.

இனி வீட்டு வேலைகள் மட்டும் செய்தால் போதாது. மகள் என் உரிமையில் தலையிடாமல் பார்த்துக்கொள்ளவேண்டும். அதுதான் முக்கியமான வேலை. இதற்கு முன்பு மேஜை, நாற்காலிகளைச் சுத்தம் செய்வது, வீடு பெருக்குவது, உருளைக் கிழங்கின் தோலை உரிப்பது போன்ற சின்னச் சின்ன வேலைகளில் அவள் எனக்கு உதவுவாள். இப்போது எந்த வேலையையும் அவளைச் செய்யவிடவில்லை.

எங்களுக்குள் ஓயாமல் நடந்துவந்த இந்தச் சண்டையால் ஒரு முடிவுக்கு வந்தேன். இனி எனது முக்கியத்துவத்தை மனைவிக்கும் பிள்ளைகளுக்கும் புரியவைத்தால் மட்டும் போதாது, முதலில் நாம் அதை நிரூபித்துக் காட்டவேண்டும். முன்பைவிட முழு ஈடுபாட்டுடன் வீட்டுவேலைகள் செய்ய ஆரம்பித்தேன். திடீரென ஒரு விபரீத எண்ணம். மீண்டும் ஒருமுறை மனைவியைக் கர்ப்பமாக்கினால். அவள் கர்ப்பமானாள். அவளுடைய வயிறு பெரிதாக பெரிதாக எனது செல்வாக்கு அதிகரித்தது. இழந்த கர்வம் திரும்பக் கிடைத்தது. நான் ஓர் ஆண்மகன்... நான் ஓர் ஆண்மகன் என்பது இப்போது அவர்களுக்குப் புரிந்திருக்கும். குழந்தைகள் உருவாக காரணம் நான். என் மனைவியின் வயிறு பெரிதாகக் காரணம் நான். என் ஒத்துழைப்பு இல்லாமல் அவளால் மட்டும் இந்த வேலையைச் செய்ய முடியாது. இது அவளுக்கும் தெரிந்திருக்கும்...

பெண் குழந்தை பிறந்தது. பலவீனமான, ஆரோக்கியமில்லாத குழந்தை. அன்றுமுதல் குழந்தையின் முழுப் பொறுப்பும் என்னுடையது. குழந்தைக்குப் புட்டிப்பால் கொடுப்பது, உடை மாற்றுவது, குளிப்பாட்டுவது என சகலவேலைகளையும் நானே செய்துவந்தேன். இரவு பகல் முழுவதும் குழந்தைக்குப் பக்கத்திலேயே நின்றுகொண்டிருப்பேன். இது

மிகவும் சிரமமான வேலை. என்னைப்போல எந்தத் தாயுமே இப்படி கஷ்டப்படமாட்டாள். இந்த வேலைக்கு என்ன பரிசு தந்தாலும் அதற்கு நான் தகுதியானவன். குறைந்தபட்சம் என் மனைவி ஒரு புதிய ஷுவையாவது வாங்கித்தரவேண்டும்.

ஒருநாள் அவளிடம் புதிய ஷு வாங்கிக் கேட்டேன். அவளுடைய உடலிலிருந்து ஒரு மாமிசத்துண்டைக் கேட்டதைப்போல கோபப்பட்டாள். உண்மையில் அவள் கஞ்சம் இல்லை. அவளுடைய சம்பளத்தில் எனக்காக எதையும் வாங்கித்தர முடியாத சூழ்நிலை அவளுக்கு.

ஒருநாள் மாலையில் அவள் வருவதை எதிர்பார்த்துக்கொண் டிருந்தேன். வரும்போது கிழிந்துபோன பழைய ஷுவை மாட்டிக்கொண்டு அவளுக்கு முன்னால் நிற்கவேண்டும். குழந்தையையும் வீட்டு வேலைகளை யும் எப்படியெல்லாம் பார்த்துக்கொள்கிறேன், இந்த வீட்டிற்காக எப்படி மாடாக உழைக்கிறேன், பத்து வேலைக்காரர்கள் செய்யக்கூடிய வேலையை ஒருத்தனாக எப்படி சமாளிக்கிறேன் எல்லாவற்றையும் விளக்கமாகச் சொல்லிப் புரியவைக்க வேண்டும்; அப்போது அவளுக்கு நம்மீது பரிதாபம் ஏற்படும்.

அப்படியே செய்தேன். ஆனால் அவள் எதையும் கண்டு கொள்ள வில்லை. ஒருவேளை நான் சொன்னதை அவள் கேட்கவில்லையோ? விடக்கூடாது. எப்படியும் புதிய ஷு வேண்டும் என்பதை வெளிப்படை யாகச் சொல்லிவிட வேண்டியதுதான். ராக்கெட் புறப்படுவதைப்போல ஒரு காட்டுக் கத்தல்: "அதெல்லாம் முடியாது..." கடுமையாகத் திட்டினாள். அதை உங்களிடம் சொல்ல எனக்கு மனமில்லை. எனக்குப் பிடிக்காத என் மகளுக்கு முன்னால் என்னைத் திட்டியதைத்தான் என்னால் பொறுத்துக்கொள்ள முடியவில்லை. மகளின் முகத்தில் அவ்வளவு சந்தோஷம்; விடக்கூடாது. மனைவிக்குப் பதிலடி கொடுக்கவேண்டும். அவளைவிட மோசமாகத் திட்டவேண்டும்... அன்பு மனைவியை அடிக்க நினைத்தேன். அடிக்கக் கையை ஓங்கியபோது குழந்தை அழும் சத்தம் கேட்டது. குழந்தையை எடுக்க ஓடினேன். எனக்கு முன்பாக எனக்குப் பிடிக்காத மகள் குழந்தையை எடுத்துவிட்டாள். எனக்குப் பைத்தியமே பிடித்துவிட்டது. முழுப் பலத்தையும் பயன்படுத்தி ஒரு அறை, அவள் கீழே விழுந்தாள். ஷு கால்களால் மிதித்தேன். இந்தக் கலவரத்தில் அவளுடைய கையிலிருந்த குழந்தை கீழே விழுந்து அடிபட்டு இறந்தேவிட்டது.

காட்டுமிராண்டித்தனமாக நடந்துகொண்டேன். வருந்தினேன். நான் இவ்வாறு நடந்துகொண்டதில் சில நியாயங்களும் உண்டு. ஒரு வேலைக்காரனுக்குப் போட்டியாக இன்னொருவன் இடையில் வந்து வேலையைவிட்டு அவனைத் துரத்த நினைத்தால் இப்படித்தானே ஆத்திரம் வரும். நான் ஏதோ வீட்டு வேலைகளைச் செய்து வாழ்க்கையை ஓட்டிக்கொண்டிருக்கிறேன். அதைக் கெடுக்க அவள் முயற்சிசெய்துகொண்டேயிருந்தாள். அதுவுமில்லாமல் அவள் என் மகள். அவள் எனக்கு மரியாதை தரவேண்டுமா இல்லையா?

கிறுக்கி

என் மனைவி புத்திசாலி. இனி மகளை வீட்டில் விட்டால் சரியாக வராது என முடிவுசெய்து அவள் வேலைபார்க்கும் ஷிகோரெலிலில் மகளுக்கு உதவி டெய்லர் வேலை வாங்கிக்கொடுத்துத் தன்னுடன் அழைத்துச் செல்ல ஆரம்பித்தாள்.

இப்படித்தான் சண்டை ஓய்ந்தது ...

எப்போதும்போல வீட்டு வேலைகளைத் தொடர்ந்து செய்து வந்தேன். இப்போது எனக்குப் போட்டி யாருமே இல்லை. என் வருங்காலத்திற்கு எந்த ஆபத்துமில்லை.

நான் வெறுக்கும் என் மகள் முதல் மாதச் சம்பளத்தை என்ன செய்தாள் தெரியுமா?

புதிய ஷு ஒன்றை எனக்காக வாங்கித்தந்தாள்.

என்ன ... நம்பமுடியவில்லையா?

●

மணமகளின் அம்மா

அம்மா ...

தனது இதயத்திலிருந்து, ஆயுளிலிருந்து மகளுக்காகக் கல்யாண ஆடையைக் கொஞ்சம் கொஞ்சமாக நெய்து கொண்டிருப்பவர். மகளைக் கல்யாணக் கோலத்தில் பார்க்கவேண்டும்; அம்மாவின் ஒரே ஆசை. அம்மா கணவனை இழந்தவர். மறுமணம் செய்யாமல் இருபது ஆண்டுகளாக மகளுக்காகவே வாழ்ந்துகொண்டிருப்பவர். அவரது ஆசை... மணமகள் கோலத்தில்... வெள்ளை நிற ஆடையில் மணமகனுக்குப் பக்கத்தில் தன் மகளைப் பார்க்க வேண்டும் ... கல்யாணத்திற்கு நிறையப்பேரை அழைக்க வேண்டும் ... குரவை இசை, தப்ஸ் கச்சேரி முழங்க ஜாம் ஜாம் எனக் கல்யாணத்தை நடத்த வேண்டும்...

மகள் மாடர்ன் பொண்ணு; இந்தக் கொண்டாட்டம், கச்சேரி, குரவை இசை, கும்பல் சேர்ப்பது எதுவும் அவளுக்குப் பிடிக்காது... அந்தப் பணத்தில் ஃபிரிட்ஜ், வாஷிங் மெஷின், தையல் மெஷின் என எல்லாவற்றையும் வாங்கிவிடலாம் என்று நினைப்பவள்...

அம்மா ஆசைப்படி வெள்ளைநிறக் கல்யாண உடைகள் ஓகே... ஆனால் கல்யாணத்தை சிம்பிளாதான் நடத்தணும். மாப்பிள்ளை வீட்டிலிருந்தும் பொண்ணு வீட்டிலிருந்தும் மொத்தம் பத்துப் பேர்; திருமணத்தைப் பதிவுசெய்ய ஒரு ரெஜிஸ்ட்ரர்; இவ்வளவுபேர் போதும்; அப்புறமா எல்லோருக்கும் ஒரு கிளாஸ் ஜூஸ். கல்யாணம் முடிந்ததும் மாப்பிள்ளையும் பொண்ணும் ஆபெர்ஜ் கிளப்பிற்குப் போய்டுவாங்க; டான்ஸ் ஆடுவாங்க; இதுதான் மகளுடைய திட்டம்.

ஆனால் கல்யாணத்தை விமரிசையாகச் செய்ய வேண்டுமென்று அம்மாவுக்கு ஆசை. மகளுக்காக இல்லை,

தனக்காக. கணவரை இழந்து தன்னந்தனியாக இருபது ஆண்டுகள் மகளுக்காகத் தன் வாழ்க்கையைத் தியாகம் செய்த ஒரு அம்மாவுக்காக!

மகள் தன் முடிவில் பிடிவாதமாக இருந்தாள்.

இத்தனை நாட்களாகக் கனவுகண்டுகொண்டிருந்த மகளின் திருமண இரவு. இசை நிகழ்ச்சி, உறவினர்களின் – நண்பர்களின் வாழ்த்து, கலகலப்பு எதுவும் இல்லாத திருமண இரவாக ஆகிவிடுமோ? மகளைப் பிரியும் அந்த இரவு, மரண வீட்டின் இரவாக மாறிவிடுமோ? அம்மா அழுதுகொண்டேயிருந்தார்கள்.

"என்னம்மா நீங்க, இன்னும் பழைய காலத்திலேயே இருக்குறீங்க? இந்தக் காலத்துல யாரும்மா இந்த மாதிரி கல்யாணம் நடத்துறாங்க? இதெல்லாம் பழைய பேஷன்மா" அம்மாவைப் பின்பக்கமாகக் கட்டியணைத்தபடிக் கனிவோடு சொன்னாள்.

ஒருவழியாக அம்மா சம்மதித்தார்கள்.

திருமணம் முடிந்தது. மணமகளும் மணமகனும் ஆபெர்ஜ் கிளப்பிற்குச் சென்றார்கள்; அம்மா மட்டும் வீட்டில் தனியாக!

கணவர் இறந்ததற்குப் பிறகு இந்த இருபது ஆண்டுகளில் ஒரு தடவைகூட வீட்டில் தனியாக இருந்ததில்லை. மகளை நல்லபடியாகப் பார்த்துக்கொள்வதற்காக மனைவியை விட்டுவிட்டுச் சென்றார் கணவர். இப்போது மகள் அம்மாவைத் தனியாக விட்டுவிட்டுச் செல்கிறாள், எதற்காக, யாருக்காக, ஓய்வெடுப்பதற்காகவா? அல்லது ஓடியாடித் தளர்ந்துபோன ஆத்மாவை மரணத்திடம் ஒப்படைப்பதற்காகவா?

எது எப்படியோ கல்யாண நாளில் மகள் சந்தோஷமாக இருப்பதைப் பார்க்க வேண்டும்; அது மட்டும், அந்த ஒன்று மட்டும் போதும். அவளது சிரிப்பு, அவளது காதல், அன்பும் காதலும் ததும்ப அவளுக்குப் பக்கத்தில் நிற்கும் மணமகன். இதையெல்லாம் பார்க்க வேண்டும்; வாழ்நாள் முழுமைக்கும் இந்த ஒரு சந்தோஷம் போதும்...

மணி இரவு பதினொன்றைக் கடந்துவிட்டது. வீட்டில் அம்மா மட்டும் தனியாக இருந்தார்கள். திடீரென எழுந்தார்கள். வெளியே செல்வதற்காக உடை மாற்றினார்கள். கணவர் இறந்த நாள்முதல் கறுப்பு பர்தா அணிந்துதான் வெளியே செல்வார்கள். கழுத்துப் பகுதியையும் தலையையும் கறுப்புத் துப்பட்டாவால் மறைத்துக்கொண்டார்கள். ஒரு டாக்ஸியில் ஏறினார்கள்.

"எங்க போகணும்" டிரைவர் அமைதியாகக் கேட்டான்.

"ஆபெர்ஜ் கிளப்."

டிரைவருக்கு அதிர்ச்சி. அவர்களை ஏற இறங்கப் பார்த்தான். இந்த வயசுல இந்த மாதிரி கிளப்புக்கெல்லாம் போறாங்களே, என்ன பொம்பளைங்க இவங்க...? அதுவும் பர்தாவோட... டிரைவர் முணுமுணுத்தான்.

ஆபெர்ஜ் கிளப்புக்கு முன்னால் டாக்ஸி நின்றது.

அம்மா இறங்கினார்கள். கனத்த உடம்பு; மூட்டு வலி வேறு. கஷ்டப் பட்டு மெதுவாக நடந்துசென்றார்கள். அங்கே நின்றுகொண்டிருந்த இரண்டு டாக்ஸி டிரைவர்கள் அம்மாவைப் பார்த்து ஜாடைமாடை யாகப் பேசினார்கள். ஒருவன் அசிங்கமாகத் திட்டினான். கிளப்பில் டிக்கெட் கவுண்டரில் உள்ளவன் ஆவென்று வாயைப் பிளந்தான். டிக்கட் கொடுத்துவிட்டு இடிவிழுந்தவனைப்போல உட்கார்ந்திருந்தான். கிளப்பில் உள்ள பணியாளர்கள் எல்லாரும் அம்மாவையே வெறிக்கப் பார்த்துக் கொண்டிருந்தார்கள். அவர்களில் ஒருவன்: "இதோ பார்டா... புதிய ஆர்டிஸ்ட் வர்றாங்க" என்று கிண்டலடிக்க எல்லாரும் சிரித்தார்கள்.

அம்மா எதையுமே கண்டுகொள்ளவில்லை. மியூசிக் ஹாலுக்குப் போவதற்காக லிப்டில் ஏறினார்கள். ஒவ்வொரு மாடியிலும் மூச்சு வாங்கி மூச்சு வாங்கி நின்றுநின்று சென்றது லிப்ட். மியூசிக் ஹால் வந்தது. ஒரு தூணுக்குப் பின்னால் மறைந்து நின்று மகளைத் தேடி அங்குமிங்கும் பார்த்தார்கள்.

தூரத்தில் மகள் தெரிந்தாள்.

சிரித்துக்கொண்டிருந்தாள்.

நடனம் ஆடிக்கொண்டிருந்தாள்.

அவள் கணவன்மீது சாயும்போது அவனது ஆடைக்குள் ஒளிந்துகொள்வதைப்போல இருந்தது.

அம்மாவின் முகத்தில் புன்னகை.

மனசுக்குள் ஆனந்தம்.

இதற்காகத்தானே இருபது ஆண்டுகளாகக் காத்திருந்தாள்.

அப்போது குடிபோதையில் ஒருவன் தூணுக்குப் பின்னால் நின்று கொண்டிருந்த அம்மாவுக்குப் பக்கத்தில் வந்து பயங்கரமாகச் சிரித்தான்; வாய் முழுவதும் ஒரே நாற்றம்.

"டியர், ஏன் ஒளிஞ்சு ஒளிஞ்சு நிக்குறீங்க? ஒண்ணும் கவலைப் படாதீங்க. வாங்க வாங்க வந்து ஒரு பெக்கு போடுங்க" என்றான்.

"என் மகளைப் பார்க்க வந்தேன். அவளுக்கு இன்னைக்குதான் கல்யாணமாச்சு. நீங்க நல்லாயிருங்க" மகளைப் பார்த்த சந்தோஷத்தில் அம்மா பொறுமையாகச் சொன்னார்கள்.

"உங்க மகளா ... உங்க மகளுக்காக நான் உயிரையே கொடுப்பேன்" தள்ளாடியவாறு கரகரத்த குரலில் சத்தமாகச் சொன்னான்.

அம்மா அங்கிருந்து மெதுவாக நகர்ந்துசென்றார்கள். கோபப்படாமல் சிரித்துக்கொண்டே சென்றார்கள். மகள் மகிழ்ச்சியாக இருப்பதை நேரில் பார்த்த அம்மாவிற்கு எப்படி கோபம் வரும்?

லிப்டில் கீழே இறங்கினார்கள் பணியாளர்கள் எல்லாரும் அம்மாவையே வெறிக்கப் பார்த்துக்கொண்டிருந்தார்கள். டிக்கெட் கொடுப்பவன் வாயைப் பிளந்தபடி உட்கார்ந்திருந்தான். டாக்ஸி டிரைவர்கள் கிண்டல் செய்துகொண்டிருந்தார்கள். கார் டிரைவர் முணுமுணுத்துக்கொண்டேயிருந்தான்.

அம்மா புறப்பட்டுச்சென்றார்கள், தன் தனிமையை நோக்கி...

•

சவ ஒப்பந்தக்காரன்

எல்லாரும் என்னை அருவருப்பாகப் பார்க்கிறார்கள்; பயமும் பீதியும் கலந்த பார்வை. சிலர் என்னைக் கண்டாலே முகத்தைத் திருப்பிக்கொள்கிறார்கள். சாத்தானைக் கண்டு பயந்தவர்களைப் போல இறைவனிடம் பாதுகாப்புத் தேடிப் பிரார்த்திக்கிறார்கள்.

எப்போதும் ஜிப்பாவும் நீள அங்கியும் அணிய வேண்டுமாம், எப்போதும் தலையில் குல்லா இருக்க வேண்டுமாம்; அவர்களுடைய எதிர்பார்ப்பு! தப்பித்தவறி கோட் சூட் அல்லது பேண்ட் சர்ட் அணிந்துவிட்டால் உடனே அவர்களுக்குக் கோபம் வரும். நான் ஏதோ பாவம் செய்துவிட்டதைப்போல திட்டித்தீர்த்துவிடுவார்கள்.

எப்போதும் முகத்தைச் சோகமாக வைத்துக்கொள்ள வேண்டும், மெதுவாக நடக்க வேண்டும், ஜெபமாலையும் கையுமாக இறைவனைத் துதித்துக்கொண்டே இருக்க வேண்டும். நான் சிரிப்பதை அல்லது 'ரும்பா' டான்ஸ் ஆடுவதை அவர்கள் பார்த்துவிட்டால் அவ்வளவுதான். நகைச்சுவை யாகப் பேசுவது காதுகளில் விழுந்தால் நாசம்தான். இதாவது பரவாயில்லை. என் கையில் விஸ்கி பாட்டிலைப் பார்த்து விட்டால் கேட்கவே வேண்டாம். பேயைப் பார்த்ததைப்போல அதிர்ச்சியில் உறைந்துபோவார்கள். அவர்களைப் பொறுத்த வரை நான் ஒன்றுமே இல்லை.

போன வியாழக்கிழமை சாயங்காலம் தோழியுடன் மீனாஹவுஸ் ஹோட்டலுக்குப் போனேன். அவளுடன் நடனம் ஆடினேன். நானும் சந்தோஷமாக இருந்தேன், அவளும் சந்தோஷமாக இருந்தாள். நடனம் ஆடும்போது பாட்டுடன் சேர்ந்து நானும் பறப்பதைப்போல இருந்தது. நடனம் எனக்கு ரொம்பப் பிடிக்கும். பள்ளியிறுதி படிக்கும்போது நண்பர்களுடன் சேர்ந்து நானும் அதைப் பழகினேன். 1935இல் அலெக்சாண்டரில் நடைபெற்ற வால்ஸ் நடனப் போட்டியில் எனக்கு முதல் பரிசு கிடைத்தது.

தோழியுடன் டான்ஸ் ஆடிக்கொண்டிருந்தபோது சுற்றுமுற்றிலும் பார்த்தேன். சிலருடைய முகங்களில் வெறுப்பு. சிலருடைய முகங்களில் எகத்தாளம். நான் அணிந்திருந்த கோட் சூட் ஒரு காரணமாக இருந்திருக்கலாம். நேவி ப்ளூ கோட், வெள்ளை நிறச் சட்டை, சிவப்பு நிற கிராப்ட், கறுப்பு ஷூ, கோல்டு கலர் வாட்ச் அணிந்திருந்தேன். என் டிரஸைப் பார்த்துதான் என்னை ஒரு மாதிரியாக நினைத்திருப்பார்கள்; அல்லது என்னுடைய நடன அசைவுகளைப் பார்த்து அவ்வாறு நடந்து கொண்டார்களோ என்னவோ? ஆனால் அவர்கள் எல்லாரையும்விட நன்றாகவே நடனமாடினேன். என்னுடைய ஒவ்வொரு அடிவைப்பும் வேகமாகவும் பக்காவாகவும் இருந்தது. ஒருவேளை என் தோழிகள் தவறாக ஆடியிருக்கலாம். அழகான பெண் அவள். ரொம்ப அழகு என்று சொல்லமுடியாது. அன்றைக்குத் தோரணையான உடை அணிந்திருந்தாள். ஷிகோரிலிருந்து மூன்றுநாட்களுக்கும் முன்புதான் அவளுக்கு வாங்கிக்கொடுத்தேன். நல்ல பெண். அவளுடைய அப்பாவிற்கு ஐம்பது ஏக்கர் நிலமும், கெய்ரோவில் இரண்டு அடுக்குமாடிக் கட்டடமும் உண்டு. அவள் அமெரிக்கன் கல்லூரியில் படித்தவள்; துணிச்சலான பெண்; தன்னுடைய துணிச்சலால் நிறைய விஷயங்களைக் கற்றுக்கொண்டாள். பொதுநிகழ்ச்சிகளில் எப்படி நடந்துகொள்ள வேண்டும் என்று அவளுக்கு நன்றாகவே தெரியும்.

பிறகு ஏன் கோபமாகவும் நக்கலாகவும் என்னைப் பார்க்கிறார்கள்? தொற்று நோயாளியைக் கண்டு மிரண்டு ஓடுவதைப்போல நான் டான்ஸ் ஆடும்போது என்னைவிட்டு விலகி ஓடுகிறார்கள்?

புரிந்துவிட்டது.

எனக்குப் புரிந்துவிட்டது.

நான் . . . நான் ஒரு சவ ஒப்பந்தக்காரன்! என் தொழிலைப் பற்றிக் கேள்விப்பட்டதும் வாசகர்கள்கூட ஓட ஆரம்பித்துவிடுவார்கள். டாக்டர், வக்கீல், இன்ஜினீயரைப்போல சவ ஒப்பந்தக்காரனுக்கு இந்தச் சமூகம் ஏன் மரியாதை தருவதில்லை? ஒருவனுடைய பழக்கவழக்கங் களைக் கவனிக்காமல் மக்கள் அவனுடைய தொழிலைப் பார்க்கிறார்கள். வேலைநேரம் போக மற்ற நேரங்களில்கூட ஒரு டாக்டரிடம் மருந்து வாடையை உணர்கிறார்கள். இன்ஜினியர் என்றால் கட்டடம், பாலம், வக்கீல் என்றால் கேஸ் இதுதான் சமூகத்தின் கண்களில் படுகிறது. இவர்களுடைய தனிப்பட்ட வாழ்க்கை சமூகத்தின் கண்களுக்குத் தெரிவதில்லை. இவர்கள் செய்யும் தொழில்தான் சமூகத்தின் கண்களுக்கு முன்னால் நிற்கிறது. தனிப்பட்ட வாழ்க்கைக்கும் தொழிலுக்கும் இடையே நிறைய வேறுபாடுகள் உண்டு. அதைப்பற்றியெல்லாம் தெரிந்துகொள்ள இந்தச் சமூகத்திற்கு அக்கறையில்லை. ஒரு டாக்டருக்கு உடல்நலம் சரியில்லையென்றால், ஒரு வக்கீல் ஏதாவது வழக்கில் சிக்கிக்கொண்டால், 'டிராம்' கார் நடத்துநர் பயணிகள் நிழற்குடையில் நின்றுகொண்டிருந்தால் சமூகம் பீதியடைகிறது. ஒரு டாக்டர் எப்போதும் மருத்துவம் பார்த்துக்கொண்டே இருக்கவேண்டும். அவர் நோயாளியாக இருக்கவே கூடாது. வக்கீல் எப்போதும் மற்றவர்களுக்காக நீதிமன்றத்தில்

வாதாடவேண்டும். அவர் குற்றவாளி கூண்டில் ஏறக்கூடாது. 'டிராம்' கார் நடத்துநர் அதன் படிக்கட்டில் எப்போதும் நின்றுகொண்டிருக்கவேண்டும்; அவர் பயணிகள் நிழற்குடையில் காத்திருக்கக்கூடாது; இதுதான் இந்தச் சமூகத்தின் எதிர்பார்ப்பு;

நான், நான் ஒரு சவ ஒப்பந்தக்காரன். என்னைப் பார்க்கும்போது இந்தச் சமூகத்திற்குச் சாவு மட்டுமே ஞாபகத்திற்கு வரும்.

எனக்கு இன்னும் முப்பத்திரண்டு வயதுகூட ஆகவில்லை. அழகான முகம்; எப்போதும் மிடுக்கான ஆடை அணிவேன்; கண்ணியமாக நடந்துகொள்வேன்; ஆனாலும் இந்தச் சமூகத்திற்கு என்னைப் பார்க்கும்போதெல்லாம் சாவுதான் ஞாபகத்திற்கு வரும்.

உண்மைதான் இறந்தவர்களுடன்தான் நான் தொழில் செய்கிறேன். அதே சமயம் உயிருள்ள மனிதர்களுடன் அல்லவா வாழ்ந்துகொண்டிருக்கிறேன்? இறந்தவர்களுடன் தொழில்செய்வதால் சாவுடன்தான் வாழ்க்கை நடத்தவேண்டும் என்று இந்தச் சமூகம் எதிர்பார்க்கிறது. இறுதிச் சடங்கில் சோகமாக, மெதுவாக நடந்துசெல்வதைப்போல வாழ்க்கையிலும் நான் நடந்துசெல்ல வேண்டுமாம். சினிமாவிற்குப் போனாலும் சோகமாகப் போக வேண்டுமாம். 'இஸ்மாயீல் எஸ்'ஸின் நாடகத்தையும் முகத்தைத் தொங்கவிட்டபடிதான் பார்க்க வேண்டுமாம். மொத்தத்தில் இறந்தவீட்டிற்கு அஞ்சலி செலுத்த வருபவர்களுக்காகப் போடப்படும் பந்தலில் வசிப்பவனைப் போலவே என்னை நினைத்துக்கொண்டிருக்கிறார்கள்.

சமூகத்தைச் சொல்லிக் குற்றமில்லை. குப்பை அள்ளுபவனைப் பார்த்தால் எனக்கே அருவருப்பாக இருக்கிறது. குப்பைத்தொட்டியிலிருந்து வெளியே வந்தவன் என்ற மனநிலையில்தான் எப்போதும் அவனுடன் நடந்துகொள்கிறேன். குப்பை அள்ளிப் பிழைப்பு நடத்தும் ஒருவனை எனக்கு நன்றாகத் தெரியும். இப்போது அவன் பெரிய பணக்காரன். மூன்று அடுக்குமாடிக் கட்டடங்களுக்குச் சொந்தக்காரன். சில நேரங்களில் கோட் சூட் போடுவான். சொந்தமாக ஒரு கார்கூட உண்டு. இருந்தாலும் அவனைக் கண்டால் ஒரு அருவருப்பு. குரோப்பி கஃபேவிற்குத் தேநீர் குடிக்கப் போகும்போது சில நேரங்களில் எனக்குப் பக்கத்தில் வந்து உட்காருவான். எனக்கு ஒரு மாதிரியாக இருக்கும். நமக்கு ஆச்சரியமாகக்கூட இருக்கலாம். இத்தனைக்கும் என்னுடைய தொழிலும் அவனுடைய தொழிலும் ஏறக்குறைய ஒரே மாதிரியானதுதான். நாங்கள் இரண்டுபேருமே வாழ்க்கையின் குப்பைகளை எடுத்து வியாபாரம் செய்பவர்கள். நான் குப்பைகளைச் சவக்குழிகளுக்கு எடுத்துச் செல்கிறேன். அவன் எரிகிடங்கிற்குக் கொண்டுசெல்கிறான், அவ்வளவுதான் வித்தியாசம் . . .

என்னைச் சுற்றியுள்ள மக்களால் நான் பட்ட அவமானங்கள் ஏராளம். இந்தத் தொழிலை விட்டுவிடலாமா என்று பலமுறை யோசித்திருக்கிறேன்.

இறந்துபோன என் அப்பாவும் ஒரு சவ ஒப்பந்தக்காரர்தான். எனக்கு வேறு வேலை ஏற்பாடுசெய்து தருவதாக வாக்குறுதி தந்தார்.

அவருக்கும் இதுபோன்ற மோசமான அனுபவங்கள் நிறையவே உண்டு. என்னைப் படிக்கவைக்க ஆசைப்பட்டார். பள்ளியிறுதி முடித்ததற்குப் பிறகு சட்டக்கல்லூரியில் என்னைச் சேர்த்தார். இரண்டாமாண்டு படித்துக்கொண்டிருக்கும்போது இறந்துபோனார்.

ரொம்பவெல்லாம் யோசிக்கவில்லை. உடனே கல்லூரிப் படிப்பை நிறுத்திவிட்டு அப்பாவின் தொழிலில் இறங்கிவிட்டேன். நீள அங்கி, காஷ்மீர் பெல்ட் அணிந்து சின்னதாக ஒரு அலுவலகம் ஏற்பாடுபண்ணித் தொழிலை ஆரம்பித்தேன்.

இலாபமான தொழில்தான். என் அப்பாவே நிறைய சம்பாதித்திருக்கிறார்! அதெல்லாம் ஒரு பிரச்சினை இல்லை. அதனால் மட்டும் இந்தத் தொழிலுக்கு நான் வரவில்லை; வேறு வழி தெரியவில்லை. நான் பள்ளிக்கூடத்தில் படித்துக்கொண்டிருக்கும்போது விடுமுறை நாட்களில் அப்பாவிடமிருந்து தொழிலைக் கற்றுக்கொண்டேன். சில நேரம் இறுதிச் சடங்கிற்குத் தேவையான ஏற்பாடுகளை அப்பாவுடன் சேர்ந்து நானும் செய்வேன்.

இந்தத் தொழிலில் நான் தெரிந்துகொண்ட சில அடிப்படையான விஷயங்கள், இறந்தவருடைய உறவினர்களிடம் பேசும்போது ரொம்ப சோகமாக முகத்தை வைத்துக்கொள்ள கூடாது. அது அவர்களுக்குப் பிடிக்காது; மனவருத்தத்தை ஏற்படுத்தும்; இன்னும் சொல்லப்போனால் உங்கள்மீது சந்தேகப்படுவார்கள்; அதுவுமில்லாமல் இறந்தவர் அவர்களுக்கு மட்டுமே சொந்தம்; அவர்கள்தான் கவலைப்படவேண்டும் என்று நினைப்பார்கள்;வேறு யாராவது அனுதாபப்பட்டால் கோபப்படுவார்கள். இறந்தவருடைய சொத்தில் பங்குகேட்டு வருவார்களோ எனச் சந்தேகப்பட ஆரம்பித்துவிடுவார்கள். எங்களுடைய பகுதியில் எங்களுக்குப் போட்டியாக ஒரு சவ ஒப்பந்தக்காரர் இருந்தார். இறந்தவர்களுடைய உறவினர்களைப் பார்க்கச்சென்றால் ஒப்பாரிவைத்து அழுவார்; இப்போது அவருக்கு ஒரு கஸ்டமர்கூட கிடையாது; மொத்தமும் நஷ்டம்.

அதற்காக முகத்தில் கவலையைக் காட்டாமல் சாதாரணமாக இருக்க வேண்டும் என்று அர்த்தம் அல்ல, அதுவும் இந்தத் தொழிலைப் பாதிக்கும்.

ரொம்ப முக்கியமான விஷயம், இறுதிச்சடங்கிற்கான ஏற்பாடுகளைச் செய்யக்கூடியவர்கள் நீங்கள்; முகத்தைச் சோகமாகவைத்துக்கொள்ள வேண்டும், அதே நேரம் அழக்கூடாது; உணர்ச்சிவசப்பட்டு வார்த்தைகளைப் பயன்படுத்தக்கூடாது. பிணத்திற்கு முன்னால் இருக்கிறோம் என்பதை மறக்கவே கூடாது; பிணமும் ஒரு பொருள்தானே; அடுத்தவர்களுக்கு முன்னால் துக்கத்தை வெளிப்படுத்துவது ஒருவகையில் வியாபாரம்தானே என்று நீங்கள் நினைக்கலாம் – எனக்கும் அதே எண்ணம்தான் – இருந்தாலும் இறந்துபோன உடலுக்கு ஒரு மரியாதை உண்டு; அந்த மரியாதையை நாம் செய்யவேண்டும்.

இந்தத் தொழிலில் ரொம்ப முக்கியமாகத் தெரிந்துகொள்ள வேண்டிய மற்றொரு விஷயம், இறந்தவருடைய உறவினர்களின்

மனநிலை. கதறிக் கதறி அழுபவர்களைப் பார்த்து இவர்கள்தான் ரொம்பப் பாதிக்கப்பட்டவர்கள், அதிகமான கவலை இவர்களுக்குத்தான் என்று முடிவுசெய்யக்கூடாது. சில நேரம் இறந்தவர்மீதுள்ள கோபத்தில்கூட சிலர் ஒப்பாரிவைத்து அழுவார்கள். பிறகு தனிமையில் சிரிப்பார்கள். துக்கத்தை அடக்கிக்கொண்டு நிற்பார்களே, அவர்களுடைய மனங்களில்தான் உண்மையான ஆழமான கவலை இருக்கும்.

சென்ற மாதம் முக்கிய நபர் ஒருவர் இறந்துவிட்டார். அவருக்கு இளம் வயது மனைவி உண்டு. அரை மில்லியன் எகிப்து ஜுனைஹ், இருபதாயிரம் ஜுனைஹ் மதிப்புள்ள இன்சூரன்ஸ் எல்லாவற்றையும் விட்டுவிட்டு இறந்துவிட்டார். எப்போதுமே இவரைப் போன்ற முக்கியஸ்தர்களின் சொத்துவிவரங்களை முன்கூட்டியே சேகரித்து வைத்துக்கொள்வோம். திடீரென அவர்கள் இறந்துவிட்டால் பேரம் பேசுவதற்கு எங்களுக்கு உதவியாக இருக்கும். இப்போது இறந்த இந்த முக்கியஸ்தரின் இறுதிச்சடங்குகளை நடத்தினால் ஒரே இரவில் எப்படியும் குறைந்தது முந்நூறு ஜுனைஹ் இலாபம் கிடைக்கும்.

அவருடைய வீட்டுக்குச் சென்று குரல் கொடுத்தேன். யாரும் வரவில்லை. பத்து நிமிடங்களுக்கும் மேலாக வீட்டில் உள்ளவர்களைக் கூப்பிட்டுக்கொண்டேயிருந்தேன். கடைசியாக அவருடைய மனைவி வந்தார்கள். சோகமான முகத்தோடு அவர்களுக்கு முன்னால் நின்றேன். மிகவும் கவலையுடன் என்னிடம் இறுதிச்சடங்குகளைப் பற்றிப் பேசினார்கள்; பிறகு கண்டிப்பான குரலில்: “இவர் ஊரில் முக்கியமான நபர்; எல்லாச் சடங்குகளையும் நல்ல முறையில் செய்ய வேண்டும்” என்று சொன்னார்கள்.

“உங்களுடைய கணவர் இந்த ஊரிலேயே மரியாதையும் செல்வாக்கும் உடையவர். உண்மையிலேயே அவர் இறந்தது ஈடுசெய்ய முடியாத பெரிய இழப்பு” கவலையான குரலில் சொன்னேன்.

இறுதிச்சடங்கில் செய்யப்போகும் ஒவ்வொன்றையும் அவர்களிடம் விளக்கமாகச் சொல்ல ஆரம்பித்தேன். அஞ்சலி செலுத்த வருபவர்கள் உட்காருவதற்காக இருபது மீட்டர் நீளத்தில் பந்தல்; விளக்கு . . . தங்க நிற நாற்காலிகள்! அப்புறமா . . . இது . . . இது . . . இது . . . நான் ஒவ்வொன்றாகச் சொல்லச் சொல்ல முகத்தில் கவலை மறைந்து என்னை ஆச்சரியமாகப் பார்க்க ஆரம்பித்தார்கள். ரொம்பப் புத்திசாலியாக எல்லாச் செலவுகளை யும் மனத்திற்குள் கணக்குப்போட்டுப் பார்த்துவிட்டு சொன்னார்கள்: “இல்ல இல்ல. இந்த மாதிரி ஆடம்பரச் செலவுகளெல்லாம் அவருக்கு அறவே பிடிக்காது. வாழ்நாள் முழுவதும் ரொம்ப எளிமையாக வாழ்ந்தவர்.”

இவரை எனக்கு நல்லாவே தெரியும்! கடைசிக்காலம்வரை போலியான வாழ்க்கை வாழ்ந்தவர். அவருடைய மனைவியும் இறுதிச் சடங்கிற்குச் செலவழிக்கக் கஞ்சத்தனம் செய்கிறார். அவர் ஒன்றும் சும்மா சாகவில்லை. அரை மில்லியன் ஜுனைஹை விட்டுவிட்டு இறந்திருக்கிறார். இந்த மாதிரி மனைவிமார்கள் நிறையபேரைப் பார்த்திருக்கிறேன். எல்லாருக்கும் முன்னால் கவலையாக இருப்பதைப்போல நடிப்பார்கள்; உள்ளுக்குள் சந்தோஷப்படுவார்கள்.

கிட்டத்தட்ட ஒருமணிநேரம் விவாதித்தோம். அவர்கள் சொல்வதைக்கேட்டு இரண்டு முறை எனக்கு மயக்கமே வந்துவிட்டது. கடைசியாக ஒரு முடிவுக்கு வந்தோம். அஞ்சலி செலுத்த வருபவர்கள் வீட்டிலுள்ள கார்டனில் இருந்தால் போதும், பந்தலெல்லாம் வேண்டாம். துக்கம் விசாரிக்கப் பெண்களுக்குத் தனியாக இடம் வேண்டாம் என்று முடிவுசெய்தோம்.

எல்லாச் செலவுகளும் போக பத்து ஜுனைஹ்தான் இலாபம்.

எப்போதும் சடங்கு முடிந்துவிட்டால் ஜிப்பாவையும் காஷ்மீர் பெல்டையும் கழற்றிவிட்டு கோட் சூட் அணிந்து பள்ளிக்கூட நண்பர்களுடன் நைட் கிளப்பிற்குப் போவது வழக்கம். குருப்பி கஃபே, ஓபரேஜ் ஹோட்டல், சமீராமீஸ் ஹோட்டல் இவற்றில் ஏதாவது ஒரு ஹோட்டலுக்குப் போவோம். பெரிய பெரிய பணக்காரக் குடும்பத்திலுள்ளவர்களெல்லாம் வருவார்கள். அவர்களுடன் ஆடிப்பாடிக் கொண்டாடுவோம். ஆரம்பத்தில் நண்பர்கள் என்னுடன் சேர்ந்து ஹோட்டலுக்கு வருவார்கள். ஒரு கட்டத்தில் நான் செய்யக்கூடிய தொழில் அவர்களுக்கும் உறுத்தலாகத் தெரிய ஆரம்பித்தது. என்னிடம் சாவைப் பார்க்க ஆரம்பித்தார்கள்! அப்புறம் என்ன, என்னைக் கண்டாலே ஒரே ஓட்டம்தான். நண்பர்கள் என்னிடமிருந்து விலகிச் செல்லும்போதுகூட அவ்வளவு வலிக்காது. என்னுடன் பழகிய பெண்கள் என்னை வெறுக்கும்போதுதான் மனசுக்கு ரொம்ப கஷ்டமாக இருக்கும். நடனம் ஆடும் பெண்களை எனக்கு ரொம்பவே பிடிக்கும். உயர்வகுப்பு பெண்களெல்லாம் கிளப்பிற்கு வருவார்கள். இவர்கள் சாதாரண நேரத்தில் மேக்கப்போடாவிட்டாலும் கிளப்புக்கு வரும்போது மேக்கப் போட மறக்கமாட்டார்கள். உயர்ரக அத்தர் மணம் மூக்கைத் துளைக்கும். இந்த அழகான பணக்காரப் பெண்களிடம் ஏதாவது ஒரு பெயரைச் சொல்லி அறிமுகமாவேன். ஆனால் என் தொழில்? நான் ஒரு சவ ஒப்பந்தக்காரன் ஆச்சே, அதை என்ன செய்வது?

ஒருமுறை நைட் கிளப்பிற்குப் போனேன். அங்கே ஒரு பெண் அறிமுகமானாள். உடனேயே காதலிக்கச் சம்மதித்தோம். அவளை அழைத்துக்கொண்டு நண்பர்களுடன் ஒரு காரில் வெளியே சென்றேன். அவள் எனக்குப் பக்கத்தில் தோள்களில் சாய்ந்தபடி உட்கார்ந்திருந்தாள். உதடுகளில் முத்தம் கொடுத்தேன். என் வாழ்க்கையில் மிகவும் ரசித்து ருசித்த முத்தம் அது. என் நண்பன் ஒருவன் சிரித்தபடி அவளிடம் கேட்டான்: "உன் பக்கத்தில உட்கார்ந்திட்டு இருக்கிறானே அவன் யாருண்ணு தெரியுமா?"

"சொல்லு" சிரித்துக்கொண்டே சொன்னாள்.

"சவ ஒப்பந்தக்காரன்."

அவன் ஏதோ விளையாட்டாகச் சொல்கிறான் என நினைத்துச் சிரித்தபடி என்னிடம் கேட்டாள்: "உண்மையாகவா?"

இந்த மாதிரி நேரத்தில் உண்மை சொல்ல வேண்டும் என்ற எண்ணத்தை எந்த சாத்தான் என் உள்ளத்தில் போட்டானோ தெரிய

வில்லை. நான் அவளை உண்மையாகவே காதலிக்க ஆரம்பித்தேன். அவளிடம் எதையும் மறைக்கக்கூடாது ... உண்மையைச் சொல்வோம் என நினைத்து அவளிடம் சொன்னேன்: "ஆமா ... நான் சவ ஒப்பந்தக்காரன்தான்."

திரும்பவும் சிரித்தாள். இப்போது அவளது சிரிப்பு அவளது உதடுகளில் செத்துக்கிடந்தது. என் முகத்தை உற்றுப் பார்த்தாள். பிறகு நண்பர்களைப் பார்த்தாள். 'எப்படியாவது இவனிடமிருந்து என்னைக் காப்பாற்றிவிடுங்கள்' என்று கெஞ்சுவதைப்போல இருந்தது அவளது பார்வை. சாவைக் கண்டு பயந்ததைப்போல சட்டென என்னிடமிருந்து விலகி உட்கார்ந்தாள்.

புரிந்துகொண்டேன், இரண்டாவது முறை முத்தம் கொடுக்க மனம் வரவில்லை. அன்றைக்குப் போனவள்தான், அதற்குப் பிறகு அவளைப் பார்க்கவே இல்லை.

அன்று முதல் எந்தப் பெண்ணிடமும் என் வேலையைப் பற்றி மூச்சுவிடுவதில்லை. அவர்களாக என் தொழிலைத் தெரிந்துகொள்வதற்கு முன்பாக அவர்களை அடைந்துவிடுவேன்.

இப்போது ஒரே எண்ணம் ... எப்படியாவது திருமணம் செய்யவேண்டும்.

ஆரம்பத்தில் ரொம்ப குழப்பமாக இருந்தது. உயர்ந்த குடும்பத்திலுள்ள ஒரு பெண்ணைத் திருமணம் செய்யணும்; அவளுடன் நடனம் ஆடணும்; நிகழ்ச்சிகளுக்கு ஒன்றாகப் போகணும்; திருமணம் முடிந்ததும் வீட்டிலேயே அருமையான விருந்துக்கு ஏற்பாடு செய்யணும். ஒரு மாதம் காப்ரி தீவுக்கு ஹனிமூன் போகணும், பலவிதமான ஆசைகள்.

புத்தங்கள் படித்துத் தெரிந்துகொண்ட வாழ்க்கை. பள்ளிநாட்களில் நண்பர்களுடன் சேர்ந்து கற்றுக்கொண்ட வாழ்க்கை. நான் ஆசைப்பட்ட வாழ்க்கை. ஆனால் இதுவெல்லாம் நடக்காது, நான் ஒரு சவ ஒப்பந்தக்காரன்!

யார் எனக்குப் பெண்தருவார்கள்?

ஒருவழியாக நிச்சயதார்த்தம் முடிந்தது.

பெண் யாரென்று தெரியுமா? அல்ஹாஜ் செய்யத் அப்துல் செய்யத் அவர்களுடைய மகள்; அவரும் சவ ஒப்பந்தக்காரர்தான்! குறைந்தபட்சம் இவளாவது என்னிடம் சாவின் உருவத்தைப் பார்க்காமல் இருந்தால் சரி ...

இரண்டாவது மனைவி

என் அப்பா அம்மாவிடமிருந்து பிரிந்து சென்று விட்டார்.

அப்பா அம்மாவை விவாகரத்துச் செய்யவில்லை.

ஆனால் அம்மாவைத் தனியாக விட்டுவிட்டுச் சென்றுவிட்டார்.

ஆரம்பத்தில் வாரம் ஒருதடவை இரவு நேரத்தில் வெளியே தங்குவார். பிறகு இரண்டு நாட்கள், மூன்று நாட்கள், இப்படி வாரம் முழுவதும் வீட்டுக்கு வராமல் வெளியே தங்க ஆரம்பித்தார். அப்பா விவாகரத்தான ஒரு பெண்ணைத் திருமணம்செய்த விஷயம் அப்புறமாகத்தான் அம்மாவிற்குத் தெரியவந்தது.

அம்மா எந்த எதிர்ப்பையும் காட்டவில்லை, கோபப்படவில்லை.

விவாகரத்தும் கேட்கவில்லை.

இனி கணவனுக்குச் செய்ய வேண்டிய கடமைகளைச் செய்யக்கூடாது என்று தனக்குத்தானே ஒரு கட்டுப்பாட்டை ஏற்படுத்தினார்கள். அவர்கள் காட்டிய அதிகபட்ச எதிர்ப்பு இது மட்டும்தான். ஒரு மாதம் கழித்து அப்பா வீட்டுக்கு வந்தார். ஒரு இரவு உன்னுடன் தங்குகிறேன் என்று அம்மாவிடம் சொன்னார். அம்மா சம்மதிக்கவில்லை. ஆத்திரப்பட்ட அப்பா அம்மாவை அதட்டினார். அம்மா கடைசிவரை அதற்கு இணங்கவில்லை.

பிள்ளைகளுக்காகத் தன் வாழ்க்கையை அர்ப்பணிக்க அம்மா முடிவுசெய்தார்கள். நாங்கள் மொத்தம் ஐந்துபேர். இரண்டு ஆண்கள் மூன்று பெண்கள்; நான்தான் மூத்தவன்.

இஹ்சான் அப்துல் குத்தூஸ்

வாழ்நாள் முழுவதும் ஒரு கேள்வி என்னைத் துளைத்துக்கொண்டே யிருந்தது. அம்மா ஏன் விவாகரத்து கேட்கவில்லை. அப்பா எங்களுக்குச் செலவுக்குப் பணம் கொடுத்துக்கொண்டிருந்தார். இதுதான் காரணமாக இருந்திருக்கும். ஒருவேளை அப்பா அம்மாவை விவாகரத்து செய்திருந்தால் இப்போது அப்பா தரக்கூடிய பணத்தைவிட இரு மடங்கு நீதிமன்றத்தின் மூலம் கிடைத்திருக்கும். ஆனால் அம்மா தன் மனத்தில் அப்பாவைத்தான் நினைத்துக்கொண்டிருக்கிறார்கள் என்பது கடைசியாகத்தான் எனக்குப் புரிந்தது. அதனால்தான் வேறொருவரைத் திருமணம் செய்ய அம்மா நினைக்கவில்லை. தன் குடும்பத்தைக் காப்பாற்ற இன்னொருவருக்கு முன்னால் பலவீனப்பட்டு வாழ்வதை அம்மா விரும்பவில்லை. திருமணப் பத்திரத்தில் தன் வாழ்க்கையை சிறைபடுத்திக்கொண்டார்கள். கணவன் இல்லாத திருமணம்; அம்மா தன் வாழ்க்கை முழுவதையையும் எங்களுக்காகத் தியாகம் செய்ய தீர்மானித்தார்கள்.

அப்பா ஒரு வொர்க்ஷாப் வைத்திருந்தார். அதில் நல்ல வருமானம் கிடைக்கும். அவர் எங்களைத் தனியாக விட்டுவிட்டுச் சென்றதற்குப் பிறகு செலவுக்கு எங்களுக்குப் பணம் அனுப்புவார். நாங்கள் 'அல்சயாலா' என்னும் பகுதியில் நான்கு படுக்கையறை வசதியுள்ள ஓர் அடுக்குமாடி வீட்டில் குடியிருந்தோம். நானும் என் சகோதரர்களும் பள்ளிக்கூடத்திற்குச் செல்வோம். அப்பா இரண்டாவது கல்யாணம் செய்ததற்குப் பிறகு எப்போதும் அவர்களுடனேயே இருக்க ஆரம்பித்தார். இதனால் தொழிலையும் எங்களையும் சரியாகக் கவனிக்கவில்லை. அதற்குப் பிறகு இரண்டாவது மனைவி போதாதென்று மூன்றாவதாக ஒரு பெண்ணையும் திருமணம் செய்துகொண்டார். இப்போது அவருக்கு மூன்று மனைவி; மூன்று வீடு; எல்லாச் செலவுகளையும் அவர்தான் பார்க்கவேண்டும்.

இரண்டாவது மனைவிக்கும் மூன்றாவது மனைவிக்கும் குழந்தை இல்லை. ஆனால் எங்களைவிட அவர்களுக்காகத்தான் அதிகமாகச் செலவுசெய்வார். நாளடைவில் மாதாமாதம் எங்களுக்குத் தரக்கூடிய பணத்தைக் குறைக்க ஆரம்பித்தார். இதனால் நாங்கள் வசித்துவந்த நான்கு படுக்கையறை வீட்டை காலிசெய்துவிட்டு 'அல் சத்' தெருவில் உள்ள இரண்டு படுக்கையறை அடுக்கு மாடி வீட்டுக்கு மாறினோம். மீண்டும் அப்பா எங்கள் செலவுக்குத் தரக்கூடிய பணத்தைக் குறைக்கவே வேறுவழியில்லாமல் மாதம் இருபத்தைந்து 'கிர்ஷ்*' வாடகையில் ஓரேயொரு படுக்கையறை கொண்ட வீட்டுக்கு மாறினோம். அம்மா எங்களைப் பள்ளிக்கூடத்திலிருந்து நிறுத்திவிட்டார்கள்.

ஒருவேளைச் சாப்பாட்டிற்காக வேலைக்குப் போகவேண்டிய கட்டாயத்திற்கு ஆளானோம். அம்மா என்னை ஒரு சலூன் கடையில் சேர்த்துவிட்டார்கள். நானும் முடிவெட்டக் கற்றுக்கொண்டேன். என் தம்பியை ஒரு கார் மெக்கானிக் பட்டறையில் சேர்த்துவிட்டார்கள். தங்கச்சிகளுக்கு அம்மாவே டெய்லரிங் கற்றுக்கொடுத்தார்கள். அம்மாவும் துணி தைக்க ஆரம்பித்தார்கள்.

---

* எகிப்திய நாணய அளவில் 100 கிர்ஷ் ஒரு பவுண்ட்.
ஒரு பவுண்ட் இந்திய பணமதிப்பில் ரூ. 4.73

எங்கள் நிலைமை அப்பாவிற்கு நன்றாகவே தெரியும். அவர் எங்கள்மீது இரக்கப்படவில்லை. அவர் மட்டும் மற்ற இரண்டு மனைவிகளோடு சந்தோஷமாகக் குடும்பம் நடத்தினார். இரண்டாவது மனைவிக்கும் மூன்றாவது மனைவிக்கும் 'அல் ரவ்ளா' என்னும் பகுதியில் அடுக்குமாடிக் குடியிருப்பில் பெரிய வீடு உண்டு.

அம்மா பொறுமையாக இருந்தார்கள்.

விவாகரத்தும் கேட்கவில்லை. அப்பாவாகப் பார்த்து மாதாமாதம் தரும் பணத்தைத் தவிர செலவுக்குக் கூடுதலாகப் பணமும் கேட்கவில்லை.

நான் கொஞ்சம் வளர்ந்ததும் அப்பாவை வெறுக்க ஆரம்பித்தேன். அவரைப் பழிவாங்க வேண்டும் என்று நினைத்தேன். அப்பாவுடன் சில நாட்கள் தங்கி அவருக்கு இம்சைகள் கொடுக்க வேண்டும் என்று எண்ணினேன். சிலநாட்கள் அப்பா இரண்டாவது மனைவியின் வீட்டில் இருப்பார்; சில நாட்கள் மூன்றாவது மனைவியின் வீட்டில் இருப்பார்.

இரண்டு வீடுகளிலும் அவருடன் தங்குவேன். அவரைப் பழிவாங்குவதற் காக அவருடைய சாப்பாட்டு மேஜையில் உட்கார்ந்து சாப்பிடுவேன். அவருடைய பிள்ளைகளை அடிப்பேன். ஒரு மனைவிக்கு ஒரு பெண், இன்னொரு மனைவிக்கு ஒரு பெண்ணும் ஒரு ஆணும்.

நான் பெரியவன் ஆனதும் வேறு விதத்தில் அப்பாவைப் பழிவாங்கத் திட்டமிட்டேன். அவருடன் தங்கும் நாட்களில் அவருடைய மகள்களை என் காதலில் விழவைத்தேன். என் இளமைக்கு நல்ல தீனியும் கிடைத்தது. அது ஒரு அலாதியான பழிவாங்கும் முறை. பழிவாங்குவது மட்டும்தான் என் எண்ணம்.

நான் திறமையாக முடிவெட்டக்கூடியவனாக வளர்ந்தேன். கை நிறைய சம்பாதிக்க ஆரம்பித்தேன். என் கவலையெல்லாம் கஷ்டப்பட்டு எங்களை ஆளாக்கிய அம்மாவை நல்லபடியாகப் பார்த்துக்கொள்ள வேண்டும், அப்பாவைவிட என் சகோதர சகோதரிகளிடம் அன்போடு நடந்துகொள்ள வேண்டும் என்பதுதான். என் சம்பாத்தியத்தில் 'அல் மனியல்' பகுதியில் பெரிய வீடு ஒன்றை வாடகைக்கு எடுத்தேன். தங்கச்சிக்குத் திருமணம் செய்துவைத்தேன். என் தம்பி நண்பர்களுடன் சேர்ந்து ஒரு மெக்கானிக் பட்டறையில் தொடங்குவதற்கு அவனுக்கு உதவி செய்தேன். எனக்கொரு விஷயம் ஞாபகத்திற்கு வருகிறது. புதிய வாடகை வீட்டில் குளியலறையில் குளியல் தொட்டி உண்டு. அந்த வீட்டில் எனக்கு ரொம்பப் பிடித்ததே அந்தக் குளியல் தொட்டிதான். இப்போது என் அம்மா அதைப் பயன்படுத்த ஆரம்பித்துவிட்டார்கள். நானே குளியலறைக்குச் சென்று குளியல் தொட்டியில் சுடுதண்ணீர் நிரப்பி அம்மாவைக் குளிக்க அழைப்பேன். அம்மாவை மிகவும் அன்போடு கவனிப்பேன். அவர்கள் எந்தளவிற்குக் கஷ்டப்பட்டு என்மீது அன்புகாட்டி என்னை வளர்த்தார்களோ அதே மாதிரி அவர்கள்மீது அன்புகாட்டுகிறேன்.

அப்பாவைப் பழிவாங்குவதற்காக அவரையும் அவருடைய இரண்டு மகள்களையும் தொடர்ந்து சந்தித்துக்கொண்டே இருந்தேன். அப்பாவின் இரண்டாவது மனைவியின் வீட்டிலும் மூன்றாவது

மனைவியின் வீட்டிலும் எனக்கு மிகவும் பிடித்த விஷயம், இரண்டு வீடுமே எப்போதும் கலகலப்பாக இருக்கும். என் அம்மா மாதிரி அப்பாவின் இரண்டு மனைவிகளும் கவலையாக இருந்து நான் பார்த்ததில்லை. என் தம்பி தங்கைகளைப் போல அப்பாவின் இரண்டு மனைவிகளின் குழந்தைகளும் சோகமாக இருந்ததேயில்லை.

இன்னொன்றையும் சொல்லியாக வேண்டும்; என் அப்பா வாழ்க்கையில் மிகவும் ஆனந்தமாக இருந்தார்; இதை என்னால் மறுக்க முடியாது.

ஒரு நாள் அப்பாவின் இரண்டாவது மனைவி தனது மகளை எனக்குக் கல்யாணம் செய்துவைக்கும்படி அப்பாவிடம் கேட்டுக்கொண்டிருந்தார்கள். அவர்களிருவரும் பேசியதை நான் நேரடியாகக் கேட்கவில்லை. ஒளிந்து நின்றுதான் கேட்டேன். என் அப்பாவின் வீட்டிற்குச் செல்லத்தொடங்கிய நாள் முதல் அவர்கள் பேசுவதை ஒட்டுக்கேட்பது எனக்குப் பழக்கமாகிவிட்டது.

அப்பாவின் இரண்டாவது மனைவி இவ்வாறு சொன்னதைக் கேட்டதும் ஆடிப்போய்விட்டேன்.

அவளை என் தலையில் கட்டிவைத்துவிடுவார்களோ என்று பயந்தேன். அப்பாவின் இரண்டாவது மனைவி நினைத்ததைச் சாதிப்பார்கள் என்று எனக்குத் தெரியும். அவர்களின் மகளைக் கல்யாணம் பண்ண எனக்கு விருப்பமில்லை. ஏற்கெனவே என் இளமை அவளை ருசித்துவிட்டது. பிறகு எப்படி அவளைத் திருமணம் செய்வேன்? அதுவுமில்லாமல் அவள் என் அம்மாவின் சக்களத்தி மகள். அவளைக் கல்யாணம் பண்ணினால் அம்மா அதிர்ச்சியில் இறந்தேபோய்விடுவார்கள்.

வேகம் வேகமாக அம்மாவிடம் சென்றேன். உடனடியாக எனக்குக் கல்யாணம் செய்துவைக்கும்படிக் கேட்டேன். குணம், ஒழுக்கம், பொறுமை எல்லாவற்றிலும் அம்மா மாதிரி ஒரு பெண்ணைப் பார்க்கச் சொன்னேன்.

அம்மா தன் சகோதரியின் மகளை எனக்குத் திருமணம் செய்து வைத்தார்கள்.

உண்மையில் என் மனைவி எல்லாக் காரியங்களிலும் என் அம்மா மாதிரி. தைரியம், பொறுமை, ஊக்கம், ஒழுக்கம் எல்லாவற்றிலும்! அது மட்டுமில்லாமல் என் மனைவி படித்தவள். அவளுக்கு எழுத, படிக்கத் தெரியும். என் அம்மா படிக்காதவர்கள்.

மனைவியுடன் சந்தோஷமாக வாழத் தொடங்கினேன். அவள் என்னை மிகவும் நேசித்தாள். எனக்குப் பணிவிடைசெய்தாள். கண் இமைகளால் என்னைப் பாதுகாத்தாள்.

இப்படியே காலம் முழுவதும் ஆனந்தமாக வாழ வேண்டும் . . .

கல்யாணமான மூன்று வருடங்களுக்குப் பிறகு, அதாவது இரண்டு மகன்கள் ஒரு மகள் என மூன்று குழந்தைகளைப் பெற்றெடுத்ததற்குப் பிறகு, ஒரு நாள் ஸைனப் என்ற பெண்ணைச் சந்தித்தேன்.

அவள் விவாகரத்தான பெண். ஒருமுறை என் அப்பாவின் மனைவியைப் பார்க்கச் சென்றபோது ஸைனபைச் சந்தித்தேன்.

கிறுக்கி

சின்ன பெண். ஆனால் என் அப்பாவின் மனைவியைப்போல பார்க்க அழகான வெள்ளை நிற பெண். அவள் என்னைச் சுண்டி இழுத்தாள். அவளை அடையவேண்டுமென்றால் அதற்கு ஒரே வழி அவளைக் கல்யாணம் செய்ய வேண்டும் என்று புரிந்துகொண்டேன்.

ஆனால், அது முடியாத காரியம்.

அவளைக் கல்யாணம் செய்ய முடியவே முடியாது.

என் அப்பா செய்த அதே தவற்றை நான் செய்யமாட்டேன். என் அப்பாவால் நான் பட்ட கஷ்டங்களை என் பிள்ளைகள் அனுபவிக்கக் கூடாது.

ஸைனபின் ஞாபகம் என்னை எந்த வேலையையும் செய்யவிட வில்லை.

அப்பா சந்தோஷமாகத்தானே வாழ்ந்தார். பிறகு ஏன் அவர் செய்ததைத் தவறு என்று சொல்ல வேண்டும். இல்லை, அவர் செய்தது பாவம்தான். சொந்தப் பிள்ளைகளைக் கவனிக்காமல் விட்டுவிட்டுச் சென்றுவிட்டார். ஆனால் நான் ஒருபோதும் அவ்வாறு நடந்துகொள்ள மாட்டேன்.

அப்பா இன்னொரு பெண்ணைத் திருமணம் செய்தது தவறில்லை. பிள்ளைகளைக் கவனிக்காமல் விட்டதுதான் பெரிய பாவம். ஒருவேளை அவர் அவ்வாறு நடந்திருக்காவிட்டால் இவ்வளவு பெரிய சோகம் எங்கள் வாழ்க்கையில் ஏற்பட்டிருக்காது.

ஸைனபின் மீதுள்ள பைத்தியம் என்னை ஆட்டிப்படைத்தது.

ஏன் அவளைத் திருமணம் செய்யக்கூடாது?

முடியும், என்னால் முடியும்.

குழந்தைகளை நல்லபடியாகக் கவனிக்க வேண்டும். அப்பா செய்த பாவத்தைச் செய்துவிடக்கூடாது; இவ்வளவுதானே... சரி பார்த்துக்கொள்வோம்.

ஸைனபைத் திருமணம் செய்யத் தீர்மானித்தேன்.

இப்போது ஒரு தெளிவு கிடைத்துவிட்டது. எல்லாமே எளிதாக ஆகிவிட்டது. ஸைனபைக் கல்யாணம் செய்யப்போகிறேன். அவள் என் முதல் மனைவியுடன், பிள்ளைகளுடன் இருக்கப்போகிறாள். அவர்களுக்கு வேண்டிய உதவிகளைச் செய்துகொடுப்பேன். உதவி செய்வோரை இறைவன் நேசிப்பான். ஸைனபைக் கல்யாணம் செய்வதால் என் முதல் மனைவி என்னிடம் விவாகரத்து கேட்கமாட்டாள். அவள் என் அம்மா மாதிரி, எனக்கு நன்றாகத் தெரியும்.

ஸைனபிடம் கல்யாணத்தைப் பற்றிப் பேசினேன்.

இரவு ஒருமணிவரை அவளிடம் பேசிக்கொண்டேயிருந்தேன். அவளுடைய குடும்பத்தினரும் எங்களுடன் இருந்தார்கள். வாழ்க்கை

இஹ்சான் அப்துல் குத்தூஸ்

எவ்வளவு அழகானது,எளிமையானது என்று எண்ணியபடிக் குதூகலத்துடன் வீட்டுக்குச் சென்றேன்.

என் மனைவி உறங்காமல் கடுகடுப்பான முகத்துடன் கட்டிலில் உட்கார்ந்திருந்தாள். அவளைப் பார்த்து லேசாகச் சிரித்தேன். அவள் சிரிக்கவில்லை.

"இவ்வளவு நேரம் எங்கே இருந்தீர்கள்" கோபத்துடன் கேட்டாள்.

அவள் அப்படி கேட்டதும் கொஞ்சம் பதற்றமடைந்தேன். முதன் முறையாக இரவு ஒருமணிவரை வெளியே இருந்திருக்கிறேன். அவளுடைய கோபத்திலும் நியாயம் இருக்கிறது. ஆனால் என் அம்மா அப்பாவிடம் "இவ்வளவு நேரம் எங்கே இருந்தீர்கள்" என்று கேட்டதில்லையே! என் மனைவிக்குக் கேள்வி கேட்கின்ற துணிச்சல் எப்படி வந்தது?

என் சந்தோஷத்தில் மண்ணை அள்ளிப்போட நான் விரும்ப வில்லை. மனைவியிடம் பொய் சொன்னேன். அவள் முழுமையாக நம்பவில்லை. இருந்தாலும் அதை ஏற்றுக்கொண்டுவிட்டு "இனியொரு தடவை இந்த மாதிரி லேட்டாக வரக்கூடாது" என்று கறாராகச் சொன்னாள்.

வேறொரு நாளும் இரவில் ஸைனபுடன் தங்கிவிட்டு மகிழ்ச்சி யுடன் வீட்டுக்குச் சென்றேன். என் மனைவி அழுதுகொண்டிருந்தாள். என்னைப் பார்த்ததும் வேகமாக வந்தாள். ராக்கெட்டைப் போல, துப்பாக்கி வெடிக்கும் சத்தத்தைப்போல பயங்கரமாகச் சத்தம் போட்டாள். கடைசிவரை சத்தத்தை நிறுத்தவில்லை. என் சந்தோஷத்தையெல்லாம் கெடுத்துவிட்டாள். என்னால் தூங்கமுடியவில்லை. விடியும்வரை புலம்பிக்கொண்டேயிருந்தாள்.

மீண்டும் இன்னொரு நாள் இரவில் ஸைனபுடன் தங்கினேன். இந்தமுறை வீட்டுக்குள் நுழைந்தபோது "என்னை விவாகரத்து செய்துவிடுங்கள். என்னை விவாகரத்து செய்துவிடுங்கள்" என்று என் மனைவி கடுமையாக சத்தம் போட்டாள்.

விவாகரத்தா, அது எப்படி?

என் அப்பா அம்மாவை விட்டுவிட்டுச் சென்றபோதுகூட அம்மா விவாகரத்து கேட்கவில்லை. என் மனைவி எப்படி விவாகரத்து கேட்கலாம்? அம்மா மாதிரிதானே மனைவியும். குழந்தைகளைப் பற்றிக் கொஞ்சமாவது யோசிக்க வேண்டாமா? பைத்தியம் எதுவும் பிடித்துவிட்டதா?

நான் மனத்திற்குள் பேசியதைக் கேட்டுவிட்டாளோ என்னவோ . . . மீண்டும் கடுமையாகக் கத்தியபடி "என்னை விவாகரத்துசெய்து விடுங்கள். குழந்தைகளை நீங்களே கூட்டிக்கொண்டு செல்லுங்கள். ஸைனப் குழந்தைகளை வளர்க்கட்டும்.. அவனே.. இவளே.." என்று என்னையும் ஸைனபையும் கண்டபடித் திட்டினாள்.

திட்டியதைக்கூட நான் பெரிதாக எடுத்துக்கொள்ளவில்லை.

குழந்தைகளை நினைத்தால்தான் கவலையாக இருக்கிறது.

ஸைனபால் என் குழந்தைகளை வளர்க்க முடியாது. என் அப்பாவின் மனைவி எங்களை வளர்க்கவில்லையே. அப்படியே அவர்கள் என்னையும் என் சகோதர சகோதரிகளையும் வளர்க்கச் சம்மதித்திருந்தாலும் நான் ஒத்துக்கொண்டிருக்க மாட்டேன். அவர்கள் ஒரு மாதிரியான பெண். குழந்தைகளை வளர்க்க அவர்களுக்குத் தகுதியேயில்லை.

என் மனைவி விடாமல் கத்திக்கொண்டே இருந்தார்கள்.

விடியும்வரை விட்டபாடில்லை.

உறங்காமலேயே வேலைக்குச் சென்றுவிட்டேன். முதல் வாடிக்கையாளருக்கு வேலைசெய்துகொண்டிருந்தேன். அதற்குள் என் மாமா கடைக்கு வந்து என் கையைப் பிடித்து இழுத்து என் காதில் இரகசியமாகச் சொன்னார்: "என்ன காரியம் இது? ஸைனபைக் கல்யாணம் பண்ணப் போறியாமே. ஏம்பா இதெல்லாம் சரியா? ஏன் உன் அப்பா பண்ணுனது பத்தாதா?

அடுத்து என் மாமியின் கணவர் வந்தார்.

அதற்கடுத்து அம்மா.

வேறு வழியில்லாமல் வேலையைப் பாதியிலேயே விட்டுவிட்டு அவர்களுடன் பேசுவதற்காக வீட்டுக்குச் சென்றேன். கொஞ்ச நேரம் கழிந்து கோபத்தில் வீட்டிலிருந்து வெளியேறினேன். வீட்டுக்குப் பக்கத்திலுள்ள ஒரு காஃபி கடைக்குச் சென்று உட்கார்ந்தேன். கடைக்காரர் என்னைப் பார்த்து "முஹம்மத் என்னப்பா இது? இந்தக் காலத்தில் யாராவது இரண்டாவது கல்யாணம் பண்ணுவார்களா? உன் மனைவி தங்கமானவள். கொஞ்சம் யோசனைப் பண்ணிப்பாரு. இந்தக் கேவலத்தையெல்லாம் விட்டுவிடு" என்று சொன்னார்.

அப்புறம் ஒரு மெக்கானிக்.

அடுத்து என் வாடிக்கையாளர்கள்.

நான் மதிக்கக்கூடிய எல்லாருக்கும் விஷயம் தெரிந்துவிட்டது. எல்லாருமே எனக்கு புத்திமதி சொல்ல ஆரம்பித்துவிட்டார்கள்; என்னைக் கண்டித்தார்கள்.

என் நண்பர்கள், வாடிக்கையாளர் ஒருவர்விடாமல் எல்லாரிடமும் என் மனைவி பற்றவைத்துவிட்டாள்.

என் மனைவி அம்மா மாதிரி இல்லை.

அவள் ஒருநாளும் என் அம்மா மாதிரி ஆகமுடியாது.

ஸைனபை என்னால் கல்யாணம் செய்ய முடியவில்லை.

●

காதலியின் கனவு

என் காதலன் இறந்துவிட்டான்...

துப்பாக்கியைக் கையில்வைத்து விளையாடிக் கொண்டிருந்தபோது துப்பாக்கி வெடித்து இறந்துவிட்டான்.

அவனுக்கு வயது இருபது. மிகவும் அழகானவன். இனிமையாகப் பழகுவான். என் வாழ்க்கையே அவன்தான். அவன் இறந்தபோதே நானும் இறந்துவிட்டதாகவே உணர்ந்தேன். எனக்குப் பதினாறு வயது, எனக்குள் அவனது நினைவுகளைத் தவிர எல்லாமே செத்துவிட்டன.

என் காதலனைக் கொன்றவன் யார்?

எவரும் அவனைக் கொலைசெய்யவில்லை.

அவன் தற்கொலையும் செய்துகொள்ளவில்லை.

விதி... விதிதான் அவனைக் கொன்றுவிட்டது.

விதி என்றால்?

இறைவன்...

இறைவா! எதற்காக என் காதலனைக் கொன்றாய்?

மரண தண்டனை வழங்கும் அளவிற்கு அவன் ஒரு குற்றமும் செய்யவில்லையே? அவன் வாழ்க்கையைத் தொடங்கவே இல்லை. அதற்குள் விசாரணைக்கு அழைத்துக் கொண்டாயே! தீர்ப்பில் கையெழுத்திடுவதற்கு முன்பு அவனுக்கு ஒரு எச்சரிக்கைகூட அனுப்பவில்லையே...

அன்றிரவு பால்கனிக்குச் சென்று அழுத கண்களோடு இருண்ட வானத்தை நோக்கித் தலையை உயர்த்தி: "இறைவா... எதற்காக என் காதலனைக் கொன்றாய்? என் காதலனைக் கொன்ற உன்மீது நான் நம்பிக்கை கொள்ளவேண்டும் என்று எப்படி எதிர்பார்க்கிறாய்?" என்று கத்தினேன்.

அப்போது மயக்கம் வருவதுபோல இருந்தது. உடனே தூங்கிவிட்டேன்.

தூக்கத்தில் ஒரு வித்தியாசமான கனவு!

கோபத்துடன் இறைவனைத் தேடி வானத்திற்குச் சென்றுகொண் டிருக்கிறேன். திடீரெனப் பத்துத் துப்பாக்கிகள் எனக்குப் பின்னால் நடந்துவந்துகொண்டிருக்கின்றன. அவற்றின் முகங்கள் விகாரமாகக் காணப்பட்டன. வேறு எவரும் அங்கே இல்லை. என்னைக் கொல்வதற்காகத் துப்பாக்கிகளின் வாய்களிலிருந்து குண்டுகள் ஒன்றன்பின் ஒன்றாக வந்த வண்ணம் உள்ளன. ஆனால் எந்தக் குண்டும் என்மீது படவில்லை. நான் பயந்து நடுங்கி என் காதலனைப் பற்றி விசாரிப்பதற்காக இறைவனைத் தேடிக்கொண்டிருந்தேன். எதற்காக அவனைக் கொன்றாய் என்று இறைவனிடம் கேட்க வேண்டும். அப்போது எனக்கு முன்னால் வானவர்கள் அணிவகுத்து நின்றுகொண்டிருந்தார்கள். வானவர்கள் வெள்ளை உடை அணிந்திருப்பார்கள் என்று கேள்விப்பட்டிருக்கிறேன். ஆனால் இவர்கள் பண்டைய காலத்தில் போர்வீரர்கள் அணியும் குண்டு துளைக்காத இரும்புக் கவச ஆடையை அணிந்திருந்தார்கள். அவர்களின் கைகளில் துப்பாக்கிகள் இருந்தன. நான் மூச்சிரைத்தபடி ஆவேசத்துடன் அவர் களுடன் சண்டையிட்டுக்கொண்டிருந்தேன். அவர்கள் இறைவனைச் சந்திக்க என்னை அனுமதிக்கவில்லை. 'முடியாது இறைவனை நான் பார்த்தே தீருவேன்' என்று கூறியபடி வானவர்களைத் தாக்க ஆரம்பித்தேன். ஒவ்வொரு வானவரையும் நோக்கி என் விரலால் சுட்டிக்காட்டியதும் அவர்கள் சிதறி விழுந்தார்கள். அந்நேரம் ஒரு பாதை தென்பட்டது. அதுவழியாக வானத்தை அடைந்தேன். கொஞ்சமும் சோர்வடையாமல் பறப்பதைப் போல வேகமாக நடந்துகொண்டேயிருந்தேன். திடீரென எனக்கு முன்னால் பிரமாண்டமான ஓர் உருவம். வெள்ளை நிற மேகக்கூட்டத்தைப் போன்ற உருவம். இதயம் படபடத்தது. ஒருவிதக் குளிர்ச்சியும் பயமும் தொற்றிக்கொண்டது. கால்கள் என்னிடமிருந்து கழன்றுசெல்ல ஆரம்பித்தன.

அந்த உருவம் . . . இறைவன்!

அவனுடைய முகத்தைப் பார்க்கத் தலையை உயர்த்தினேன். முடியவில்லை. அந்தப் பிரமாண்டமான உருவம் கண்களில் அகப்படவில்லை.

'இறைவா' என கத்தினேன்.

வானம் முழுவதும் 'இறைவா . . . இறைவா . . .' என எதிரொலித்தது.

'இறைவா . . . பதில்சொல்' மீண்டும் கத்தினேன்.

மீண்டும் வானம் முழுவதும் 'இறைவா . . . இறைவா . . .' என எதிரொலித்தது.

இறைவனுடன் என்னால் பேசமுடியவில்லை; நம்பிக்கை யிழந்தேன். வேறு வழி தெரியாமல் மண்டியிட்டு இறைவனின் ஆடையின் ஒரு ஓரத்தில் முகம் புதைத்து அழுதேன்; பாவமன்னிப்புத் தேடி நீண்ட நேரம் அழுதேன்.

திடீரென இறைவனின் ஆடையிலிருந்து என் காதலன் வெளியே வந்தான். உலகத்தில் இருந்ததைவிட மிகவும் அழகான தோற்றம் . . . முகத்தில் பிரகாசம் . . . கண்களில் மகிழ்ச்சி . . . 'அருகில் வா' எனச் சைகையால் என்னை அழைத்தான். அவனது கரங்களைப் பற்றுவதற் காகக் கைகளை நீட்டினேன். கட்டிலிலிருந்து கீழே விழுந்தன கைகள். தூக்கம் கலைந்து கண்விழித்தேன்.

கோபம் காணாமல் போனது.

இறைவன்மீது ஏற்பட்ட வெறுப்பும் மறைந்துவிட்டது.

காதலனைப் பார்த்துவிட்டேன். அவன் வானத்தில் சந்தோஷமாக இருக்கிறான் . . .

எனக்கு நிம்மதி.

என் காதலனை நான் நேசிப்பதைப் போலவே இறைவனும் நேசிக்கிறான். ஆகவேதான் தன்னிடம் அவனை அழைத்துக்கொண்டான்.

என் தந்தையின் துப்பாக்கியைத் தேடி எடுத்தேன். இப்போது அதைக் கையில் வைத்து விளையாடிக்கொண்டிருக்கிறேன். யாருக்குத் தெரியும் . . . இறைவன் என்னையும் நேசிக்கலாம்; தன்னிடம் அழைத்துக் கொள்ளலாம்.

அவனிடம் . . . என் காதலனிடம் . . .

●

பிச்சைக்காரர்களின் போராட்டம்

அவர் மார்க்கப்பற்றுள்ள நல்ல மனிதர். ஒவ்வொரு வருடமும் ரமளான் மாதம் முதல்நோன்பு அன்று பிச்சைக்காரர்களுக்காக இஃப்தார் நிகழ்ச்சி நடத்துவார். வழக்கமாக செய்யிதா ஸைனப் பள்ளிவாசலில் உள்ள பிச்சைக்காரர்களை இஃப்தார் விருந்துக்கு அழைப்பார். இரண்டு கன்றுக்குட்டிகளை அறுத்து, சோறு சமைத்து விருந்தளிப்பார். நூற்றுக்கணக்கான ரொட்டிகளையும் அவர்களுக்குக் கொடுப்பார்.

இந்த ஆண்டு நிகழ்ச்சி ஏற்பாடுகளைச் செய்து முடித்து விட்டுக் கையில் தஸ்பீஹ மணியை உருட்டிக்கொண்டு வேகம் வேகமாக இறைவனைத் துதித்துக்கொண்டிருந்தார். அவரைச் சுற்றிச் சிலர் குர்ஆன் ஓதிக்கொண்டிருந்தார்கள். பிச்சைக்காரர்களுக்காக அவர் காத்திருந்தார்.

இஃப்தாருக்கு இன்னும் ஒருமணிநேரம்தான் இருக்கிறது. பிச்சைக்காரர்கள் ஒருவர்கூட வரவில்லை. வேலைக்காரனை அனுப்பிப் பார்த்துவரச் சொன்னார்.

வேலைக்காரன் மூச்சிரைக்க வேகமாக முதலாளியிடம் வந்து "நாங்கள் வரமாட்டோம் என்று பிச்சைக்காரர்கள் சொல்கிறார்கள்" என்றான்.

அவர் ஆச்சரியத்தில் புருவங்களை உயர்த்தி "வர முடியாதா? அது எப்படி?" என்று கேட்டார்.

"அவர்கள் ஒரு யூனியன் தொடங்கியிருக்கிறார்கள். கை கால் விளங்காத முஹம்மத், இரண்டு கைகளும் இல்லாத அபூ ராபியா, பக்கவாதத்தால் பாதிக்கப்பட்ட அல் அஜ்ரப் இவர்கள்தான் யூனியன் தலைவர்கள்" என்று வேலைக்காரன் சொன்னான்.

அவரால் நம்பமுடியவில்லை.

"அப்படி என்னதான் சொல்கிறார்கள் அந்தத் தலைவர்கள்" என்று கேட்டார்.

வேலைக்காரனுக்கு மூச்சுவாங்குவது நின்றபாடில்லை.

"அவர்களுடைய நிபந்தனைகளை முதலாளி ஏற்றுக்கொண்டால்தான் அவர்கள் வருவார்களாம்" என்றான் வேலைக்காரன்.

முதலாளி கோபத்தில் கத்தினார்: "நிபந்தனைகளா? இறைவன் உயர்ந்தவன். இந்தப் பிச்சைக்காரர்களை விட்டால் வேறு ஆட்களே இல்லையா? இறைவனுக்காக அவர்களுக்குச் சாப்பாடு கொடுக்கிறோம்; அவர்கள் நிபந்தனைகள் போடுகிறார்கள். நாசமாகப் போக... அவர்களுக்கு இனி சாப்பாடே கிடைக்காது."

வேலைக்காரன் அங்கிருந்து மெதுவாக நகர்ந்தான்.

முதலாளி கொஞ்ச நேரம் யோசித்தார். ஒவ்வொரு வருடமும் இஃப்தார் நிகழ்ச்சி நடத்துகிறோம். அதனால்தான் வியாபாரம் நல்லபடியாக நடக்கிறது. ஊர்க்காரர்களிடம் மரியாதையும், மார்க்கப்பற்றுமுள்ள மனிதர் என்ற நல்ல பெயரும் இருக்கிறது. இந்தப் பிச்சைக்காரர்கள் வந்தால்தான் நிகழ்ச்சி நடக்கும்.

மீண்டும் வேலைக்காரனைக் கூப்பிட்டு, "பிச்சைக்காரர்களின் நிபந்தனைகள் என்ன?" என்று கேட்டார்.

"ஒவ்வொருவருக்கும் சாப்பாடும் போட்டுப் பத்து கிர்ஷ் பணமும் கொடுக்க வேண்டுமாம்" என்றான் வேலைக்காரன்.

உட்கார்ந்திருந்த முதலாளி வேகமாக எழுந்தார். கை நடுங்கியது. தஸ்பீஹ் மணி ஆடியது.

"கொஞ்சம் இடம் கொடுத்தால் கழுதையையும் கூட்டிக்கொண்டு வந்துவிடுவார்கள். என் வீட்டை நாசமாக்கப் பார்க்கிறார்கள்." என்று கத்தினார்.

"உன் முதலாளி பணக்காரர்தானே. ஒவ்வொருவருக்கும் பத்துக் கிர்ஷ் கொடுத்தால் ஒன்றும் குறைந்துவிடாது என்று பிச்சைக்காரர்கள் சொன்னார்கள்" என்றான் வேலைக்காரன்.

"பணமும் கொடுக்க வேண்டாம். ஒன்றும் கொடுக்க வேண்டாம், நரகத்தில் கிடந்து சாகட்டும்" முதலாளி கத்தினார்.

அங்கிருந்து மெதுவாக நகர்ந்த வேலைக்காரனை நிறுத்தி, "வேறு பிச்சைக்காரர்களைக் கூட்டிக்கொண்டு வா... ஹுசைன் பள்ளிவாசலுக்குப் போ, அங்கே நிற்பார்கள்" என்றார் முதலாளி.

வேலைக்காரன், "அவர்கள் எவரும் வரமாட்டார்கள். பிச்சைக்காரர்கள் தங்களுக்குள் ஏரியாவைப் பிரித்துக்கொண்டார்கள் என்று கேள்விப்பட்டேன். ஹுசைன் பள்ளிவாசலில் உள்ள பிச்சைக்காரர்களால் செய்யிதா ஸைனப் பள்ளிவாசலுக்கு வரமுடியாது" என்று சோகமாகச் சொன்னான்.

"இறைவன்தான் காப்பாத்தணும்.. உலகம் கெட்டுப்போச்சு! இங்கே நல்லதிற்கு இடம் இல்லை" முதலாளி கவலையுடன் தலையை ஆட்டினார்.

மீண்டும் தலையை அசைத்து அசைத்து யோசித்தார். வருடம் முழுவதும் வருத்தப்படவேண்டியது வரும்.

வியாபாரம் ஒழுங்காக நடக்காது; மரியாதை, பயபக்தியுள்ளவர் என்ற நல்ல பெயர் எல்லாமே கெட்டுவிடும்; ரோட்டில் நடக்க முடியாது. இவருடைய வீட்டிற்குத்தான் பிச்சைக்காரர்கள் போக மாட்டோம் என்று மறுத்தார்கள் என்று மக்கள் அவமானப்படுத்துவார்கள்.

வேலைக்காரனிடம், "அவர்கள் ஒவ்வொருவருக்கும் நான் ஐந்து கிர்ஷ் பணம் தருவதாக அவர்களிடம் போய்ச் சொல்லு. உடனே புறப்படு. என் வண்டியை எடுத்துக்கோ. இஃப்தாருக்கு இன்னும் அரைமணி நேரம்தான் இருக்கு" என்று முதலாளி சொன்னார்.

வேலைக்காரன் மெதுவாகச் சென்றான்.

முதலாளியால் அமைதியாக இருக்க முடியவில்லை. வேலைக் காரன் இதை ஒழுங்காகச் செய்வான் என்று அவருக்கு நம்பிக்கை வரவில்லை. மகனை அழைத்து, "இந்த வேலைக்காரன் முட்டாப் பையன். இவனால் இந்த வேலையை முடிக்க முடியாது. நீ கூட போ . . . எல்லாப் பிச்சைக்காரர்களையும் வேகமாகக் கூட்டிட்டு வா" என்று மகனிடம் சொன்னார்.

மகன் செய்யிதா பள்ளிவாசலுக்குச் சென்றான். கை கால் விளங்காத முஹம்மத், இரண்டு கையும் இல்லாத அபூ ராபியா, அல் அஜ்ரப் இவர்களைச் சுற்றிப் பிச்சைக்காரர்கள் கூட்டமாக உட்கார்ந்திருந்தார்கள்.

மகன் முதலாளி தோரணையில், "உங்களுக்கு என்ன வேண்டும்? என் தந்தை உங்கள் ஒவ்வொருவருக்கும் சாப்பாட்டுடன் ஐந்து கிர்ஷ் பணமும் தர விரும்புகிறார்" என்று சத்தமாகச் சொன்னான்.

கூட்டத்தில் ஒரு பிச்சைக்காரன், "சரி.. நாம் போவோம். இது நல்ல வாய்ப்பு" என்று சொன்னான்.

கை கால் விளங்காதவன் தான் உட்கார்ந்திருந்த சக்கர நாற்காலி யிலிருந்து கழுத்தை நீட்டி, "முடியாது.. நம்முடைய கோரிக்கையை அவர் முழுமையாக ஏற்றுக்கொண்டால் மட்டும்தான் நாம் போகவேண்டும்" என்று ஆவேசமாகச் சொன்னான்.

இரண்டும் கையும் இல்லாத அபூராபியாவும் அவனுக்கு ஆதரவாக, "நாம் ஒற்றுமையாக இருக்க வேண்டும்; ஒற்றுமை வாழ்க!" என்று கோஷமிட்டான்.

மற்ற பிச்சைக்காரர்களும் "ஒற்றுமை வாழ்க" என்று கோஷமிட்டார்கள்.

பக்கவாதத்தால் பாதிக்கப்பட்ட அல் அஜ்ரபின் உடலிலுள்ள ஒவ்வொரு சதைத் துண்டும் அப்படியே துடித்தது: "பணக்காரர் களின் சொத்தில் நமக்கும் பங்குண்டு. அந்த உரிமையைத்தான் நாம் கேட்கிறோம். பிச்சைக்காரர்களுக்கு தர்மம் செய்பவர்கள் தேவைப்படுகிறார்கள். தர்மம் செய்பவர்களுக்குப் பிச்சைக்காரர்கள் தேவைப்படுகிறார்கள். பிச்சைக்காரர்கள் இல்லையென்றால் தர்மம்

செய்பவர்கள் இல்லை. உங்கள் முடிவில் உறுதியாக இருங்கள். உங்கள் கோரிக்கை உண்மையானது!" என்று அவன் உணர்ச்சிப் பொங்கப் பேசினான்.

உடனே மற்றப் பிச்சைக்காரர்கள் எல்லாரும் கரகரப்பான குரலில், "நமது கோரிக்கை நியாயமானது, உண்மை வாழ்க!" என்று கோஷமிட்டார்கள்.

முதலாளியின் மகன் பயந்துவிட்டான். பிச்சைக்காரர்களின் நாற்றம் மூக்கைத் துளைத்தது. அவனுக்கு வாந்திவருவதுபோல் இருந்தது. பயந்து நடுங்கிப் பிச்சைக்காரர்களின் பகுதியிலிருந்து மெதுவாக வெளியேவந்தான். முதலாளியின் செக்ரட்டரி மூச்சு வாங்க ஓடிவந்தார்.

"ஒரு சந்தோஷமான செய்தி. முதலாளி உங்கள் கோரிக்கையை ஏற்றுக்கொண்டார். ஒவ்வொருவருக்கும் பத்து கிர்ஷ் பணம் தர சம்மதித்துவிட்டார்" என்று மூச்சிரைக்கச் சொன்னான்.

பிச்சைக்காரர்கள் ஆரவாரம் செய்து கோஷமிட்டார்கள்: மதிப்பிற் குரிய முதலாளி வாழ்க... கொடைவள்ளல் வாழ்க... இறைவன் உங்கள் வீட்டிற்கு அருள்புரிவனாக"

மீண்டும் ஆவேசமாக கோஷமிட்டார்கள்:

யூனியன் வாழ்க... ஒற்றுமை வாழ்க!

●

திருமண வேலை

இப்போது எனக்கு வயது இருபத்தொன்பது.

பதின்மூன்று வயதிலிருந்து என்னைப் பெண்கேட்டுப் பல மாப்பிள்ளைகள் வந்துகொண்டிருக்கிறார்கள். நான் மறுத்துவிட்டேன். கல்யாணம் என்ற நடைமுறையிலேயே எனக்கு உடன்பாடில்லை. 'கல்யாணம்' என்றால் என்ன? கடைசியாக என் கேள்விக்கு விடை கிடைத்தது. கல்யாணம் ஒரு வேலை. கல்யாணம் என்ற பெயரில் ஒரு பெண் ஓர் ஆணிடம் வேலைபார்க்கிறாள். வீட்டைப் பராமரித்தல், சமைத்தல், துணி துவைத்தல், ஆணை மகிழ்வித்தல் ஆகிய வேலைகளைப் பெண் செய்கிறாள். இது போதாதென்று இன்னொரு முக்கியமான வேலையும் உண்டு; குழந்தை பெறுவது! இந்த வேலைகளுக்காக அவளுடைய சம்பளம்: சாப்பாடு, தங்க இடம், உடை, மருத்துவம், கைச் செலவுக்குக் கொஞ்சம் பணம் அவ்வளவுதான்.

ஒரு கம்பெனியில் சேர்வதற்கும் முன்னால் அது நல்ல கம்பெனியாக இருக்க வேண்டும். கைநிறையச் சம்பளம், வேலையை ராஜினாமா செய்தால் இழப்பீடு, பணிபலன்கள் எல்லாம் கிடைக்கவேண்டும் என்று எதிர்ப்பார்க்கிறோம். இதே எதிர்பார்ப்பும் நிபந்தனைகளும் கல்யாணத்திலும் உண்டு.

சமூகத்திற்குக் கல்யாணம் என்னும் வேலைதான் மிகவும் அத்தியாவசியத் தேவை. இதில் சந்தேகமே வேண்டாம். அதே சமயம் மற்ற வேலைகளைப்போல இந்த வேலைக்கு அதிகமான தகுதிகள் வேண்டியதில்லை. தொழிற்சாலைகளில் வேலைசெய்பவர்கள், ஓய்வூதியத் துறையில் பணிபுரிபவர்கள், கம்பெனி மேலாளர் இவர்களுக்குரிய தகுதிகளைப் போல அதிகமான தகுதிகள் மனைவிகளுக்குத் தேவையில்லை. பெண்கள் கல்யாணம் செய்துகொள்ளும்போது மிகவும் சந்தோஷமாக இருப்பதற்குக் காரணம் மற்ற வேலைகளைவிட மனைவி என்னும் வேலை மிகவும் முக்கியமானது என்பதற்காக அல்ல. திருமணத்தைத்

இஹ்சான் அப்துல் குத்தூஸ்

தவிர பெண்களுக்கு வேறு எந்த வேலையும் கிடையாது. இதுதான் காரணம். ஒருவேளை அவர்களுக்குத் திருமணம் நடக்கவில்லை யென்றால் சமூகத்தில் வேலையில்லாதவர்களாக ஆகிவிடுவார்கள். இலக்கியம், சட்டம் படித்துவிட்டு வேலையில்லாமல் தவிக்கும் பட்டதாரிகளின் நிலைமைதான் அவர்களுக்கும் ஏற்படும். இங்கு பிரச்சினையே பெண்களுக்குக் கல்யாணம் ஆகவில்லை என்பதல்ல, அவர்களுக்கு வேலை கிடைக்கவில்லை என்பதுதான். வேலை கிடைக்காத பெண் 'ஆனிஸ்' வேலையில்லாதவள் என்று சமூகத்தால் அழைக்கப்படுகிறாள். வேலை கிடைக்காத ஆண் 'ஆத்தில்' வேலை வெட்டி இல்லாதவன் என்று அழைக்கப்படுகிறான். பெண் பிள்ளைகள் பதினாறு வயதில் பட்டப்படிப்பை முடிக்க வேண்டும் என்று இந்தச் சமூகம் நிர்ணயித்திருக்கிறது. ஏனென்றால் இந்த வயதில்தான் 'மனைவி' என்னும் வேலைக்கு அவள் தன்னை முழுமையாகத் தயார்ப்படுத்திக் கொள்ள வேண்டும். எப்படி ஓர் இளைஞன் பொறியாளராக வேலை செய்வதற்குப் பல்கலைக்கழகத்தில் பட்டம் பெற்றிருக்க வேண்டுமோ அதைப்போல 'மனைவி' என்னும் வேலைக்குப் பெண் தன்னைத் தயார்ப்படுத்திக்கொள்ள வேண்டும் என்று சமூகம் வரையறுத்திருக்கிறது.

மகளுக்குப் பதினாறு வயது ஆனதும் பெற்றோர் வேலை தேட ஆரம்பிக்கிறார்கள் ... அதாவது மாப்பிள்ளை பார்க்க ஆரம்பிக்கிறார்கள். மகன் பட்டப்படிப்பை முடித்ததும் அவனுக்காக எப்படி தீவிரமாக வேலை தேடுவார்களோ அதே மாதிரி. இன்னும் சொல்லப்போனால் மாப்பிள்ளை பார்ப்பதற்கு அந்த அளவிற்கு முக்கியத்துவம் கொடுப்ப தில்லை. ஏனென்றால் சமூகத்தில் வேலையில்லாத பெண்ணை வீட்டில் வைத்திருப்பதைவிட வேலையில்லாத பையனை வீட்டில் வைத்திருப்பது மிகவும் ஆபத்தானது.

வேலையில்லாத இளைஞர்களால் ஏற்படும் நெருக்கடிகளைச் சமாளிக்க என்னென்ன வழிவகைகளைச் சமூகம் கையாள்கிறதோ அதே வழிவகைகளைத்தான் பெண்பிள்ளைகளுக்குத் திருமணம் செய்து வைக்கும்போது ஏற்படும் நெருக்கடிகளைச் சமாளிப்பதற்கும் இந்தச் சமூகம் பயன்படுத்துகிறது.

வேலைவாய்ப்பு அலுவலகங்களில் இருக்கிற அதே நடைமுறைதான் மணமகன், மணமகள் தேடும் அலுவலகத்திலும் இருக்கிறது.

அல்அஹ்ராம் பத்திரிகையில் வருகின்ற வேலைவாய்ப்பு விளம்பரங்களைப்போல *ரோஸ் அல் யூசுப்* பத்திரிகையில் திருமண விளம்பரங்கள் வருகின்றன. பணி நியமன நிபந்தனைகளைத் தளர்த்த 'சிவில் சர்வீஸ் கமிஷன்' ஏற்படுத்தியுள்ள அதே திட்டங்கள்தான் 'மஹ்ர்' என்னும் மணக்கொடையைக் குறைப்பதற்கும் ஏற்படுத்தப்பட்டுள்ளன.

இன்னும் அடுக்கிக்கொண்டே போகலாம்

இதுதான் என் கருத்து: திருமணம் . . . ஒரு வேலை !

இன்றைக்கு ஒரு பெண்ணால் ஒரே நேரத்தில் பல வேலைகளைச் செய்ய முடியும். ஆகையால் திருமணம் என்னும் வேலையைப் பார்க்க

வேண்டிய கட்டாயத்தில் பெண் இல்லை. குறைந்தபட்சம் தனக்குப் பிடித்த ஒரு வேலையைத் தேர்வு செய்யும் உரிமை அவளுக்கு இருக்கிறது: மனைவி, செயலர், பொறியாளர், மருத்துவர் . . . இப்படி ஏதேனும் ஒரு வேலை.

மனைவியாக வேலை செய்ய எனக்கு விருப்பமில்லை.

ஒரு ஆணிடம் வேலை பார்க்க என் மனம் இடம்தரவில்லை. கம்பெனிகளில் பணி பாதுகாப்பு உண்டு. அதிகமான நிம்மதியும் அங்கே கிடைக்கும்.

எனக்கு இப்போது வேலை இருக்கிறது.

விமான கம்பெனி ஒன்றில் பணிப்பெண் வேலை.

வேலைக்குச் சேர்ந்து பல வருடங்கள் ஆகிவிட்டன.

இப்போது எனக்கு இருபத்தொன்பது வயது.

நான் வேலையில்லாதவள் அல்ல.

சமூகத்திற்காக எந்தச் சேவையும் செய்யாமல் வெட்டியாக இருப்பவள் அல்ல நான்.

எனக்கென்று ஒரு வேலை இருக்கிறது. இது சமூகத்திற்காக நான் செய்யும் பெரிய சேவை. 'மனைவி' என்னும் வேலையைவிட நான் பார்க்கும் பணிப்பெண் வேலை சமூகத்திற்கு மிகவும் அவசியம்.

எனது தற்போதைய நிலைபாடு இதுதான்: எந்த ஆணாக இருந்தாலும் அவனை வேலைசெய்யக்கூடியவனாக ஆக்க வேண்டும். 'கணவன்' என்னும் வேலை அல்ல. திருமணம் செய்யாமலேயே நாங்கள் இருவரும் சமூகத்திற்காகச் சேவை செய்ய முடியும்.

சமீபகாலமாகக் காதலைப் பற்றிச் சிந்தித்துக்கொண்டிருக்கிறேன். எவனாவது ஒரு பையனைக் காதலித்தால் என்ன? காதலித்தால் என்ன நடக்கும்? அவனைக் கல்யாணம் செய்யவேண்டியது வருமோ?

அது எப்படி?

காதலுக்கும் கல்யாணத்திற்கும் என்ன தொடர்பு? காதல் ஓர் உணர்வு. கல்யாணம் ஒரு வேலை. கல்யாணம் என்னும் வேலை இல்லாமல் காதல் என்னும் உணர்வை என்னால் எப்போதும் காப்பாற்ற முடியும். ஏற்கெனவே எனக்கு வேறு வேலை இருக்கிறது. கல்யாணம் என்னும் வேலையை விட அந்த வேலைதான் எனக்கு முக்கியம்.

காதலனையே கல்யாணம் செய்துகொள்ள வேண்டும் என்று பிடிவாதம் பிடிக்கும் பெண் ஒருவகையில் அகம்பாவம்கொண்டவள். அவள் காதலை ஒருபொருளாக மாற்றிக் காதலனைச் சொந்தமாக்க நினைக்கிறாள். உணர்வுகள் மூலமாகக் காதலனைத் தன்வசப்படுத்த

முடியும் என்ற நம்பிக்கை அவளிடம் இல்லை. நில ஒப்பந்தத்தின் மூலம் நிலத்தை வாங்குவதைப் போல, திருமண மார்க்க ஒப்பந்தத்தின் மூலம் அவனை வாங்க வேண்டும் என்ற நிர்ப்பந்தம் அவளுக்கு! மன தைரியமும் காதலில் நம்பிக்கையும் அவளிடம் இல்லை என்பதற்கு இதுவே சாட்சி. மற்றவர்களுக்கும் முன்னால் தனது தனித்தன்மையை இழக்கும்போது காதலைப் புத்தகத்தில் பதிவுசெய்யும் நிலைக்கு அவள் தள்ளப்படுகிறாள்.

நான் அப்படிப்பட்டவள் அல்ல. காதலிக்க ஆரம்பிக்கும் நாள்முதல் காதலனைச் சொந்தமாக்கிக்கொள்ள வேண்டும் என்ற நினைப்பு எனக்கு வரவே வராது. அதற்கான அவசியமும் ஏற்படாது. என் காதலில் அகங்காரம் இருக்காது. நாங்கள் இருவரும் சுதந்திரமாக வாழ்வோம். எங்கள் ஒவ்வொருவருக்கும் ஒரு வேலை உண்டு, வாழ்க்கையும் உண்டு. உணர்வுகளால் மட்டுமே எங்களை இணைக்க முடியும்.

ஆணின் உணர்வுகளும் இதே மாதிரிதான் இருக்கும் என்று நம்புகிறேன்.

பொதுவாக ஆண்களும் கட்டாயத்தின்பேரில்தான் திருமணத்திற்குச் சம்மதிக்கிறார்கள். வேலையின்மை என்னும் கட்டாயத்தால் அல்லது திருமணம் இல்லாமல் காதல் இல்லை என்ற சமூக நடைமுறை யால் ஆண்கள் திருமணத்திற்கு ஒத்துக்கொள்கிறார்கள். ஒரு ஆண் கல்யாணத்திற்கு ஆசைப்படாமல் காதலிக்கு ஆயிரம் மடங்கு முன்னுரிமை அளிப்பான். ஏனென்றால் கணவன் என்னும் வேலை அல்லாமல் அவனுக்கு வேறு வேலை உண்டு. அவன் திருமணம் செய்துகொள்ளவில்லை யென்றால் மக்கள் அவனைக் கண்டுகொள்ளமாட்டார்கள். அவனும் தன்னை வேலையில்லாதவனாக நினைக்கமாட்டான். ஆணைப்போலவே நானும் திருமணம் செய்துகொள்ளவில்லையென்றால் யாரும் என்னை வேலையில்லாதவள் என்று சொல்லமாட்டார்கள்.

மஹ்மூதைச் சந்திக்கும்வரை இதுதான் என் எண்ணம்.

எங்களுடைய முதல் சந்திப்பிலேயே காரசாரமான விவாதம் நடந்தது. அது இப்போதும் என் நினைவில் இருக்கிறது: "எனக்கு முன்பு வேறு ஆண்களுடன் உனக்கு அறிமுகம் உண்டா?" என்று மஹ்மூத் கேட்டான்.

"எனக்கு முன்பு வேறு பெண்களுடன் உனக்கு அறிமுகம் உண்டா?" நான் திரும்பக் கேட்டேன்.

"நான் ஆண். உனக்கு முன்பு வேறு பெண்களுடன் பழக்கம் வைத்திருந்தால் எனக்கு எந்த இழப்பும் இல்லையே."

"உனக்கு முன்பு வேறு ஆண்களுடன் நான் பழகியிருந்தால் எனக்கும் எந்த இழப்பும் இல்லையே?"

"நீ பெண். ஒரு பெண் தனக்குப் பிடித்த ஆணைச் சந்திக்கும்வரை தன்னையும் தனது கற்பையும் பாதுகாப்பது அவளுடைய கடமை."

"ஒரு ஆண் தனக்குப் பிடித்த பெண்ணைச் சந்திக்கும்வரை ஏன் அவன் தன் கற்பைப் பாதுகாப்பதில்லை?"

"ஏனென்றால் பெண் பெண்தான். ஆண் ஆண்தான்" கொஞ்சம் பதற்றத்துடன் மஹ்மூத் சொன்னான்.

"நீ என்ன சொல்ல வருகிறாய்?"

"ஒரு ஆண் நூறு பெண்களுடன்கூட பழக்கம் வைத்துக்கொள்ளலாம். அதனால் அவனுக்கு எந்த நஷ்டமுமில்லை. ஆனால் பெண்..."

"பெண்ணும் அப்படித்தான். எதையும் இழக்காமல் நூறு ஆண்களுடன்கூட அவளால் பழக முடியும்" அவனை இடைமறித்துச் சொன்னேன்.

"அவளுடைய பெயர் கெட்டுவிடும்."

"ஆணுக்கு மட்டும் பெயர் கெட்டுப்போகாதா?"

"ஒரு பெண் ஒரு ஆணுடன் முதல் சந்திப்பிலேயே தாய்மை அடைந்துவிடுகிறாள். இயற்கையாகவே அவளுடைய உடல் அமைப்பு அவ்வாறு கட்டமைக்கப்பட்டிருக்கிறது. பெண்ணின் உணர்ச்சிகள் கிளர்ந்தெழுந்து அவளைத் தாயைப்போல மாற்றிவிடுகிறது."

"ஆணுடைய உடல் அமைப்பும் அப்படித்தான். அவன் எந்தப் பெண்ணைச் சந்தித்தாலும் அவனது உணர்ச்சிகள் அவனைத் தந்தையாக மாற்றிவிடுகின்றன. பிறகு ஏன் ஒரு ஆண், தந்தை என்னும் நிலையைப் பாதுகாப்பதில்லை; அதற்கு மதிப்பளிப்பதில்லை. பெண் மட்டும் கற்பை, தாய்மையைப் பாதுகாக்க வேண்டும் என்று கூறுகின்றான்?"

"ஆண் தன் வயிற்றில் குழந்தையைச் சுமப்பதில்லையே!"

"பெண்ணாலும் கர்ப்பமாகாமல் பார்த்துக்கொள்ள முடியும். இன்றைக்கு மருத்துவம் எவ்வளவோ வளர்ச்சியடைந்துவிட்டது. கர்ப்பமாகாமல் இருக்க அரசாங்கமே அதற்குரிய வழிமுறைகளுக்கு அனுமதியளித்திருக்கிறது. ஒரு பெண் விரும்பினால் மட்டுமே அவளால் தாயாக முடியும். அதே போலத்தான் ஆணும். அவன் விரும்பினால் மட்டும்தான் அவனால் தந்தையாக முடியும். இந்த விஷயத்தில் ஆணுக்கும் பெண்ணுக்குமிடையே எந்த வித்தியாசமும் இல்லை. இந்த வேறுபாடுகள் எல்லாமே ஆண்கள் பெண்களை அடிமைப்படுத்துவதற் காக ஆண்களால் பெண்கள்மீது திணிக்கப்பட்ட போலித்தனமான வேறுபாடுகள். வேலையில்லாத ஒரு பெண் இந்த அடிமைத்தனத்திற்கு இணங்கும்போது வேறு வழியில்லாமல் சுமையாக அவனுடன் வாழ்கிறாள். ஆனால் நான் வேலையில்லாதவள் அல்ல. உன்னைப்போல எனக்கும் வேலை உண்டு. நமக்கிடையே எந்த வித்தியாசமும் இல்லை."

"என்னால் உன்னைக் காதலிக்க முடியாது. ஒவ்வொரு நாளும் உன்னை வேறொரு ஆணுடன் இணைத்துதான் சிந்திப்பேன்."

"ஒவ்வொரு நாளும் ஒவ்வொரு பெண்ணுடன் உன்னால் இருக்க முடியுமா?"

"முடியாது."

"ஏன் முடியாது?

"ஏனென்றால் உன்னைக் காதலிக்கிறேன்!"

"நானும் அப்படித்தான். உன்னைக் காதலிக்கிறேன். நான் உனக்கு மட்டும்தான். நீயும் என்னைக் காதலிக்கிறாய். நீ எனக்கு மட்டும்தான்"

"திருமணத்தை மனத்தில்வைத்துப் பேசுகிறாயா?"

"இல்லை. உண்மையான காதலுக்கு எழுத்துப்பூர்வமாக ஒப்பந்தம் செய்யவேண்டிய அவசியமில்லை. காதல் உள்ளத்திலிருந்து வெளிப்படும் உணர்வு. ஒரு பெண்ணுக்கு ஓர் ஆணின்மீது மட்டும், ஒரு ஆணுக்கு ஒரு பெண்ணின்மீது மட்டும் பொங்கியெழும் ஆசை. என் விருப்பத்தைப் புறக்கணித்துவிட்டு அல்லது என்னை நாசமாக்கிவிட்டு உனக்கு உண்மையானவளாக என்னால் இருக்க முடியாது. உன் மீதுள்ள மரியாதையினால்கூட உனக்கு உண்மையானவளாக என்னால் நடந்துகொள்ள முடியது. அதைப்போல என்மீதுள்ள மரியாதையினால் அல்லது என் உணர்வுகள்மீதுள்ள ஆசையால் நீயும் என்னிடம் நேர்மையானவனாக இருப்பதை நான் விரும்பவில்லை. எனக்காக உன்னிடம் உண்மையானவளாக இருப்பேன். எனக்கு வேறெதுவும் தேவையில்லை. நீயும் அப்படித்தான். வேறு ஏதாவது உனக்கு வேண்டும் என்று நினைத்தால் என்னிடம் உண்மையானவனாக இருக்க வேண்டாம். என்ன புரிந்ததா? எனது நேர்மை உனது உரிமை அல்ல. அது என் உரிமை. உனது நேர்மை எனது உரிமை அல்ல. அது உன் உரிமை.

"இது ஆபத்தான எண்ணம்" என்றான் அவன்.

"எல்லா வளர்ச்சியும் ஆரம்பத்தில் ஆபத்தாகத்தான் தெரியும். சமத்துவம், சுதந்திரம் ஆகியவற்றை நோக்கிய பயணம்தான் புரட்சி."

விவாதம் முடியவில்லை.

ஆனாலும் மஹ்மூதைக் காதலிக்கிறேன்.

காதல் அதிகமானது.

ஓவ்வொரு வருடமும் செல்லச் செல்ல அவனை அதிகமாக நேசிக்கிறேன்.

இந்தச் சூழ்நிலையில் என் காதலுக்குத் துரோகம் செய்யும் வகையில் புதிதாக ஓர் உணர்வு ஏற்பட்டது. நான் தாய்மையடைய வேண்டும் என்ற ஆசை. மஹ்மூதின்மூலம் ஒரு குழந்தை பெற வேண்டும். மஹ்மூதை எனக்குள் சுமக்க வேண்டும். மஹ்மூதின் குழந்தை எனக்கு வேண்டாம். மஹ்மூதே எனக்குக் குழந்தையாக வேண்டும்.

இந்த எண்ணத்தைக் கைவிட எவ்வளவோ முயற்சிசெய்தேன்.

மனைவி, விமானப் பணிப்பெண் ஆகிய வேலைகளைப் போல தாய்மையும் ஒரு வேலை.

'மனைவி' என்னும் வேலையை மறுத்துவிட்டேன். 'தாய்' என்னும் வேலையையும் கண்டிப்பாக மறுத்துவிட வேண்டும்.

என்னால் முடியவில்லை.

காதல் என்னைக் கட்டாயப்படுத்துகிறது.

காதல் வளர்ந்து தாய்மையாக உருவெடுத்திருக்கிறது.

கல்யாணம் செய்துகொள்ளாமல் தாயாக முடியுமா?

ஒரு புதிய வழியைச் சிந்திக்க ஆரம்பித்தேன். ஏற்கெனவே 'வேண்டாம்' என்று நான் மறுத்த வழிதான் அது.

நான் என்னைப் பற்றிச் சிந்திக்கவில்லை.

என்னைத் தாயாக மாற்றும் குழந்தையைப் பற்றிச் சிந்திக்கிறேன்.

திருமணம் செய்யாமல் குழந்தை பெற்றெடுத்தவள் என்ற கெட்ட பெயருடன் சமூகத்தை எதிர்கொள்ளும் ஒரு குழந்தையைப் பெற என்னால் முடியாது. எனது இந்த முடிவில் என் குழந்தைக்கு உடன்பாடு உண்டா இல்லையா என்று குழந்தையிடம் கேட்கமுடியாது. ஒருவேளை அந்தக் குழந்தை சமூகக் கட்டுப்பாடுகளில் நம்பிக்கையில்லாத சுதந்திரமான குழந்தையாகக்கூட வளரலாம். அந்தக் குழந்தையின் கருத்து என்ன என்று எனக்குத் தெரியாது; குழந்தையிடம் கேட்கவும் முடியாது.

"மஹ்மூத்.. நாம் திருமணம் செய்துகொள்வோம்" என்று அவனிடம் சொன்னேன்.

என்னை அதிர்ச்சியுடன் பார்த்த மஹ்மூத் "வேண்டாம். எதற்காகத் திருமணம் செய்ய விரும்புகிறாய். உன்னைப் பொறுத்தவரை திருமணம் என்பது ஒரு வேலைதானே. இந்த வேலை உன் மரியாதையைக் குறைத்துவிடும். வேண்டாம்" என்று கிண்டலாகச் சொன்னான்.

"நான் தாயாக வேண்டும்."

"தாய்மையும் ஒரு வேலைதானே.. பிறகு எதற்கு நீ தாயாக ஆசைப்படுகிறாய்?"

"ஏனென்றால் நான் உன்னை விரும்புகிறேன்."

மீண்டும் விவாதம் தொடர்ந்தது.

கடைசியாக மஹ்மூத் தன்னுடைய நிபந்தனைகளை என்னிடம் சொல்ல ஆரம்பித்தான்.

அவற்றைக் கேட்டதும் அவன் என்னை இழிவுபடுத்துவதாக உணர்ந்தேன். அவன் போட்ட நிபந்தனைகள்: நான் வேலையை ராஜினாமா செய்துவிட்டு வீட்டிலேயே இருக்க வேண்டும். 'பாமியா' சமைக்கக் கற்றுக்கொள்ள வேண்டும். ஏனென்றால் 'பாமியா' அவனுக்கு

விருப்பமான உணவு. இலக்கியப் புத்தகங்களை அவனுக்காக வாசிக்கவேண்டும். எனக்கு இலக்கியப் புத்தகங்களைப் பார்த்தாலே அலர்ஜி. இந்த நிபந்தனைகளை ஏற்கக் கூடாது என்று போராடினேன். ஆனால் தாயாக வேண்டும் என்ற ஏக்கம் என்னைத் தோற்கடித்துவிட்டது.

எங்களுக்கு விடுதலையே கிடையாது.

ஏனென்றால் நாங்கள் தாய்மையடைய விரும்புகிறோம்

எங்களிடமிருந்து ஆண்கள்தான் அம்மாக்களை உற்பத்திசெய்கிறார்கள்.

●

கிறுக்கி

அன்பிற்குரிய இஹ்சானுக்கு,

இறைவன் ஆணா?

இந்தக் கேள்வி 'இறைமறுப்பு' என்றால் அதற்காக நான் பாவமன்னிப்புக் கோருகிறேன். நான் இறைவனை நேசிப்பவள். அவன்தான் என் பாதுகாவலன். அவனை மட்டுமே நான் நம்பியிருக்கிறேன் . . .

ஆனாலும், இறைவன் ஆணா என்ற கேள்வியை என்னால் கேட்காமல் இருக்க முடியவில்லை.

வெகுதொலைவிலிருந்து இந்தக் கடிதத்தை உனக்கு எழுதுகிறேன்.

எங்கள் நாடு ஒரு வறண்ட பாலைவனம். இங்கே மணல்தான் தங்கம். மக்களின் நம்பிக்கை, ஒழுக்கம், அறிவாற்றல் இவைதான் எங்கள் நாட்டின் சொத்து. பெண்கள் எங்கள் நாட்டு மலர்கள். சந்திரன், நட்சத்திரங்கள் மட்டுமே எங்கள் நாட்டுக்கு வழிகாட்டிகள். இங்கே படர்ந்துள்ள இருளை அன்பின் முணுமுணுப்புகளால் மட்டுமே அகற்ற முடியும்.

இறைவன் எங்கள் நாட்டிற்குப் புதிய வளத்தைத் திடீரென வாரி வழங்கினான்.

கருப்புத் தங்கம் . . . அதன் பெயர் பெட்ரோல்!

ஆண்களுக்கு மட்டுமே இறைவன் அந்தச் செல்வத்தைக் கொடுத்தான். பாவம் பெண்கள்! பெட்ரோல் இல்லாமல் அவர்களைப் பாலைவனத்திலேயே விட்டுவிட்டான்!

ஆண்களின் வாழ்க்கையில் மட்டுமே மாற்றம் நிகழ்ந்தது. அவர்களின் கைகளில் தங்கம் விளையாடியது. பாலைவன மண்ணின் நிறத்தில் அல்ல, விஸ்கியின்

நிறத்தில்... பொன்னிற அயல்நாட்டுப் பெண்களின் வடிவத்தில்... நாங்கள் பெண்கள்... அப்படியேதான் இருந்தோம். நாங்கள் அணிந்துவந்த கிராமத்து ஆடைகள் மாறிவிட்டன. விதம்விதமான நாகரிக ஆடைகள் வந்துவிட்டன. ஆனால், எங்கள் வாழ்க்கையில் எந்த மாற்றமும் இல்லை. எப்போதும்போல பர்தாவிற்குள், சுவர்களுக்குப் பின்னால் வாழ்ந்துகொண்டிருக்கிறோம். பாலைவன மரபுகளின் கட்டுப்பாட்டில் அடைபட்டுக்கிடக்கிறோம். அப்பா, சகோதரன், அப்பாவின் சகோதரர், மகன் எல்லாரும் எங்களைச் சுற்றி இரும்புவேலிகளை... கடினமான, ஆணாதிக்க வேலிகளைப் போட்டிருக்கிறார்கள்...

ஆண்களும் பெண்களும் சரிசமமாக நடத்தப்பட்ட காலத்தில் இந்த மரபு சாத்தியமாக இருந்தது. அப்போதும் ஆண்களிடம் முரட்டுத்தனம் இருக்கவே செய்தது. ஆனாலும் நாங்கள் இந்த மரபுகளின் நடுவில் இருந்தோம். அவர்களிடம் செல்லும் வழி எங்களுக்குத் தெரியும். எங்களிடம் வரும் பாதை அவர்களுக்குத் தெரியும். நாங்கள் அனைவரும் ஒரே சிறையில் இருந்தோம். இப்போது ஆண்கள் மட்டும் பெட்ரோலி லிருந்து சாவிசெய்து சிறையிலிருந்து தப்பித்துவிட்டார்கள். சிறைக்குள் எங்களை விட்டுவிட்டு, கதவை மூடிவிட்டார்கள். சாவியைச் சட்டைப் பைகளுக்குள் பத்திரமாக வைத்துக்கொண்டார்கள். இப்போது நாங்கள் மட்டும் சிறைக்கைதிகள். ஆண்கள் விடுதலைபெற்றுவிட்டார்கள். இப்போது அவர்களிடம் செல்லும் வழி எங்களுக்குத் தெரியவில்லை. எங்களிடம் வரும் வழி அவர்களுக்குத் தெரியவில்லை.

நான் பிறக்கும்போது இப்படிப்பட்ட எண்ணங்களோடு பிறக்க வில்லை. இந்த மரபுகள் சுமையாகவும் தோன்றவில்லை. உண்மையை உரக்கச் சொல்ல வேண்டும் என்ற உணர்வும் வந்ததில்லை. என் வாழ்க்கை முழுவதும் காதலால் நிரம்பியிருந்தது.

என் அப்பாவின் சகோதரர் மகனைக் காதலித்தேன்.

நான் பிறந்தது முதல் அல்லது பிறப்பதற்கும் முன்பே என் காதல் ஆரம்பமாகியிருக்கலாம். நான் கண் திறந்து இந்த உலகத்தைப் பார்த்தபோது என் அருகில் அவன் இருந்தான்; நான் பால்குடித்துக் கொண்டிருந்தபோது என் அருகில் அவன் இருந்தான்; வீட்டு முற்றத்தில் விளையாடியபோது என் அருகில் அவன் இருந்தான்; பத்து வயதில் பெண்மை என் உடலின் ஓரங்களில் வழிந்தோடியபோதும் என் அருகில் அவன் இருந்தான்.

இப்போது இந்த வயதில் என் காதல் உண்மையானதாக மாறி விட்டது. அவனைத் திருமணம் செய்வேன் என்ற நம்பிக்கையையும் எதிர்பார்ப்பையும் எனக்குள் விதைத்தது. திருமணத்தைப் பற்றி யாரும் என்னிடம் பேசவில்லை. எங்கள் நாட்டைப் பொறுத்தவரை, திருமணத்தைப் பற்றிப் பெண்களிடம் எவரும் எதுவும் கேட்கமாட்டார்கள். அது குற்றம்; சாத்தான்களின் வேலை. ஆனால் நான் அவனுடைய மனைவியாகவே என்னை நினைத்தேன். அதற்குரிய நாளை எதிர்பார்த்துக்கொண் டிருந்தேன். வாழ்க்கை அமைதியாக நகர்ந்தது. பொதுவாகப் பெண்கள் விளையாடும் விளையாட்டுகளை நான் விளையாடுவதில்லை. அவர்கள்

முக்கியத்துவம் கொடுக்கும் காரியங்களுக்கு நான் முக்கியத்துவம் கொடுப்பதில்லை. அவன் என்னருகில் வரும்போதும் அவனது கண்களை நான் சந்திக்கும்போதும் என் இரத்தம் என் நரம்புகளில் ஊடுருவிப் பாடுவதைப் போல உணர்வேன். அவனை நோக்கிப் பாய்ந்து செல்வதைப் போன்ற அனுபவம் ஏற்படும். நாங்கள் சந்திக்கும்போது கண்களால் பேசிக்கொள்வோம். அவன் என் கரத்தைப் பற்றிக்கொள்வான். அதிகபட்சம் இதுதான் நடக்கும்.

திருமணத்திற்குப் பிறகு என் வாழ்க்கை எப்படி அமையும் என்று எனக்குத் தெரியும். என் அம்மாவிற்கு அமைந்த வாழ்க்கையைவிடப் பெரிதாக ஒன்றும் கிடைத்துவிடாது என்று எனக்கு நன்றாகவே தெரியும்.

எவ்வளவு நேரமானாலும் அவனுக்காகக் காத்திருப்பேன். என்னுடன் செலவழிக்கும் சில நிமிடங்களைக்கூட எனக்குச் செய்யும் உதவியாக அவன் நினைப்பான். சில நேரம் என் அப்பாவைப் போல அவனது வாயிலிருந்து மதுநாற்றம் வீசும். இதையும் நான் ஏற்றுக்கொண்டேன். அதிகமாக ஆசைப்படவில்லை. மரபுகளை எதிர்க்க வேண்டும் அல்லது விமர்சிக்க வேண்டும் என்ற எண்ணம் வரவில்லை. என்னையும் எங்கள் ஊரில் உள்ள மற்றப் பெண்களையும் சூழந்திருக்கும் இந்தப் பெரிய சிறைச்சாலையைப் பற்றி எதையும் உணரவில்லை. மகிழ்ச்சியாகத்தான் இருந்தேன். எப்போதும் அமைதியாகவே நாட்களைக் கழித்தேன்.

வீட்டில் எல்லாரும் என்னைப் ‘புத்திசாலிப்பெண்’ என்றார்கள்.

அந்த நாள் வரும்வரை . . .

அவன் படிப்பதற்காக வெளியூர் செல்ல முடிவெடுத்தான். ‘படிக்கப் போகிறான்’ என்றே எல்லோரும் சொன்னார்கள்!

என் இதயம் சோர்ந்துவிட்டது. ஏதோ ஆபத்து வரப்போகிறது என்று அஞ்சினேன். இரத்தம் முழுவதும் என் உடம்பிலிருந்து வெளியேறுவதைப் போல உணர்ந்தேன். நடுக்கத்தோடு நாட்கள் கழிந்தன. என் மனத்தைப் பார்க்கும்போது எனக்குப் பயம் ஏற்படும். என் மனத்தோடு பேசும்போதும் தோல்வியே மிஞ்சும்.

அவன் புறப்படும் நாள் வந்தது. எனக்கும் முன்னால் வந்து நின்றான். அவனது கண்கள் என் கண்களில் . . . அவனது கை என் கையில் . . . என் உள்ளம் பதறியது. தைரியத்தை வரவழைத்து அவனிடம் கேட்டேன்: “என்னை மறந்துவிடமாட்டாயே?”

“எவனாவது தன் இரத்தத்தை மறப்பானா?” அவனது வார்த்தையில் உறுதி தெரிந்தது. என் நரம்புகளில் மெல்லிசையை மீட்டியதைப் போன்ற மகிழ்ச்சி.

அவன் புறப்பட்டான்.

இரண்டு வருடங்கள் அவனுக்காகக் காத்திருந்தேன். அவன் தன் குடும்பத்தாருக்குக் கடிதம் அனுப்பும்போது, எனது பெயரைக் குறிப்பிட்டு விசாரிப்பான். இது மட்டுமே அவனிடமிருந்து எனக்குக் கிடைத்தது.

இதுவே எனக்குப் போதும் என்று நினைத்தேன். என் பெயரை அவன் தன் கைப்பட எழுதியிருக்கிறானே என்று நினைத்தபோது அதுவே போதும் என்று நிம்மதியடைந்தேன்.

ஒருநாள் அவன் ஊருக்கு வந்தான்.

வெளிநாட்டுப் பெண்ணொருத்தியின் கரத்தைப் பற்றியிருந்தான். வெள்ளைநிறம், செந்நிற மேனி; புஜங்களும் நெஞ்சுப்பகுதியும் திறந்திருந்தது. முகத்தில் சாயம் பூசியிருந்தாள். சிறைவாழ்க்கை அனுபவித்த எந்த அடையாளமும் அவளிடம் இல்லை. அவளது பார்வை, புன்னகை, வார்த்தைகள் அனைத்திலும் தைரியமும் சுதந்திரமும் பளிச்சிட்டன!

நான் வாயடைத்து நின்றேன். இறைவனின் அம்பு என்னைத் தாக்கிய வலி எனக்கு. அவனும் அவனது மனைவியும் என் முன்னால் நின்று கொண்டிருந்தார்கள். நான் அவனைப் பார்க்கவில்லை. அவளையே உற்றுப்பார்த்துக்கொண்டிருந்தேன்!

என்னைச் சுற்றியிருந்தவர்கள் இந்த அதிர்ச்சியிலிருந்து என்னை வெளியே கொண்டுவர முயன்றார்கள். என்னைப் பேசவைக்க நினைத்தார்கள். நான் அவளை அவ்வாறு பார்ப்பதால், அவள் வருந்துவாளோ, தவறாக நினைப்பாளோ என அவன் யோசித்திருப்பான். என்னைப் பார்த்துத் தேம்பி அழ ஆரம்பித்தான். நான் அசையவில்லை. இவ்வாறே சில நிமிடங்கள், சிலமணிநேரங்கள் சென்றன. எனக்குக் காரணம் புரியவில்லை. பிறகு அவளிடமிருந்து விலகிக் கண்ணாடி இருந்த திசையை நோக்கி வேகமாகச் சென்றேன். என் மாநிற முகத்தையும் கறுப்பு முடியையும் கண்ணாடியில் பார்த்தேன். சொரசொரப்பான நாரை எடுத்துவந்து, முழுப் பலத்தையும் பயன்படுத்தி முகத்தில் அழுத்தமாகத் தேய்த்தேன். அவளைப் போல வெள்ளை நிறத் தோல் வராதா என்ற எதிர்பார்ப்பில்!

முகத்திலிருந்து இரத்தம் வந்ததுதான் மிச்சம்.

அழுதுகொண்டே ஓடினேன்.

நான் அவனை விரும்புகிறேன் என்று எனது வீட்டில் உள்ளவர்களுக்குத் தெரியும். பெரிய பிரச்சினை எதுவும் வந்துவிடக்கூடாது எனப் பயந்து என் அப்பாவிடம் சொல்லாமல் மறைத்துவிட்டார்கள்!

எவ்வளவு நாட்கள், மாதங்கள் அழுதேன் என்று நினைவில்லை; அழுவதை நிறுத்தினேன். உலகம் என்னிடமிருந்து விலகிச்செல்வதைப் புரிந்துகொண்டேன். ஏதோ ஒரு குரல் என் தலைமுழுவதும் ஒலித்துக் கொண்டிருக்கிறது. கறுப்புப் பிசாசு என்னைச் சூழ்ந்திருக்கிறது என உணர்ந்தேன். ஏதேதோ ஆச்சரியமான, துணிச்சலான எண்ணங்கள் எனக்குள் வந்தன!

என் பக்கத்துவீட்டுப் பெண்ணிடம் சொல்லிக் கடையிலிருந்து விதம்விதமான அலங்காரப் பொருட்களை வாங்கினேன். கண்ணாடிக்கு முன்னால் நின்றுகொண்டு உதட்டிற்குச் சிவப்புச் சாயம் பூசினேன். முகத்திற்கு பவுடர் தடவினேன். தோளும் நெஞ்சும் திறந்திருப்பதற்காக

ஆடையைக் கிழித்தேன். என் காதலனைக் கவர்ந்து, கல்யாணம் செய்துகொண்ட அவளைப்போல மாறுவதற்காக!

வீட்டில் எல்லாரும் என்னைக் 'கிறுக்கி' என்றார்கள்.

ஊர்க்காரர்களுக்கு என் விஷயம் தெரிந்துவிடக்கூடாது என்பதில் அவர்கள் கவனமாக இருந்தார்கள்!

சில மாதங்களுக்குப் பிறகு என்னை வேறொருவருக்குத் திருமணம் செய்துவைத்தார்கள். என்னால் மறுக்கமுடியவில்லை. சம்மதமா இல்லையா என்று எவரும் என்னிடம் கேட்கவில்லை. பதினைந்து வயதான என்னை ஐம்பது வயதான ஒருவருக்குக் கல்யாணம் செய்து வைத்தார்கள். அவர் ஏற்கெனவே இரண்டுமுறை திருமணம்செய்து கொண்டவர். முதல் இரவுக்காக அவர் அமைதியாகக் காத்திருந்தார். அவர் என் அருகில் வந்ததும் நான் அலறினேன். பயங்கரமாகக் கத்தினேன். வீட்டில் உள்ளவர்கள் கதவைத் திறந்தார்கள். நான் அலறிக்கொண்டே இருந்தேன். என் அம்மா, சகோதரி, என்னைத் திருமணம் செய்துகொண்ட அந்த வயதானவர் எல்லாரும் என்னை அடித்தார்கள். நான் விடவில்லை. கத்தினேன்... கத்தினேன். அறையின் நடுப்பகுதிக்குச் சென்று நடனமாடினேன்; பாடினேன்; மீண்டும் கத்தினேன் . . . கதறினேன்!

நானொரு 'கிறுக்கி' என்று அவர் நினைக்கும்வரை அழுவதையும் கத்துவதையும் நிறுத்தவேயில்லை!

அருகிலுள்ள மனநல மருத்துவமனையில் என்னைச் சேர்த்தார்கள்.

நான் 'கிறுக்கி' இல்லை.

எப்படியும் அவரிடமிருந்து தப்பித்துவிடவேண்டும் என்றே அவ்வாறு நடந்துகொண்டேன்!

என் கிறுக்குப் புத்தியில் கடைசியாக மிச்சமிருப்பது இந்தக் கேள்வி மட்டும்தான். இதைக் கேட்காமல் இருக்கமுடியவில்லை: இறைவன் ஆணா?

என் ஊரிலுள்ள எல்லாப் பெண்களும் இதே கேள்வியைக் கேட்கிறார்கள்.

அவர்களும் 'கிறுக்கிகளா'?

●

மனைவியும் மகளும்

அப்பா பக்கவாதத்தால் பாதிக்கப்பட்டவர். கண்களையும் உள்ளத்தையும் தவிர வேறெதையும் அவரால் அசைக்க முடியாது.

பத்தாண்டுகளாகப் பக்கவாத நோயால் அவதிப்பட்டுக் கொண்டிருக்கிறார். எப்போதும் சக்கர நாற்காலியில் உட்கார்ந்திருப்பார். உடைந்த பழைய மரத்துண்டைப் போன்ற உருவம். கண்களால், உள்ளத்தால் வீட்டில் நடப்பதைப் புரிந்துகொள்வார். அவருடைய மனைவி ஒவ்வொரு நாளும் மாலை நேரத்தில் வெளியே செல்வாள். ஒருவேளை அவளுக்குக் காதலன் யாராவது இருக்கலாம். அவள்மீது குற்றமில்லை. அவரால் மனைவியின் தேவை களை நிறைவேற்ற முடியவில்லை. இந்நிலையில் அவளுடைய உரிமையைப் பறிக்க அவரால் முடியாது. என்ன வெளியே போகும்போது ஏதாவது காரணங்கள் சொன்னால் மனத்திற்கு ஆறுதல் கிடைக்கும்; அது அவருக்குப் போதும்.

தனது மானம் மரியாதையைப் பக்கவாதத்தால் செயலிழந்துபோன தனது உடலில் அவர் புதைத்துவிட்டார். மனைவி தனக்குத் துரோகம் செய்கிறாள் என்று நினைத்து ஆவேசப்படவோ அல்லது மன வேதனையை அதிகமாக்கவோ அவரால் முடியாது. மனைவியின் காதலனை நினைத்து அமைதியாக நாட்களைக் கடத்தத் தயாராகிவிட்டார். மனைவியின் காதலன் துடிப்பான, அழகான இளைஞனாக இருப்பான். கணவன் நோயால் பாதிக்கப்பட்டதால் அநீதியிழைக்கப்பட்ட மனைவியை அவன் சந்தோஷமாக வைத்திருப்பதற்காக மனத்தால் அவனுக்கு நன்றி சொன்னார்.

அவருக்கு ஒரே மகள். கண்களால், காதுகளால், உள்ளத்தால், எண்ணங்களால் எப்போதும் அவளைக் கண்காணித்துக்கொண்டேயிருப்பார். அவளுக்காகத்தான் உயிரைக் கையில் பிடித்துக்கொண்டிருக்கிறார். அவளுக்குத் திருமணமாகி அவளுடைய வீட்டில் அவள் மகிழ்ச்சியுடன்

இருக்க வேண்டும். இதுதான் அவருடைய ஆசை. அவர் எதிர்பார்க்கும் ஒரே சந்தோஷம் இது மட்டும்தான். அவரைப் பொறுத்தவரை அவள் அவருடைய வாழ்க்கை. அவருடைய கௌரவம், மரியாதை, வருங்காலம், நம்பிக்கை எல்லாமே அவள்தான். வாழ்க்கையின் மொத்த அர்த்தமும் அவள்தான். மகள் பெரியவளாகிவிட்டாள். அவளுக்கு வயது பதினாறு. வீட்டில் அப்பா இருக்கிறார் என்ற நினைப்பே அவளுக்கு இல்லை. சக்கர நாற்காலியில் ஏதோ ஒரு பொருள் வைக்கப்பட்டிருக்கிறது, அவர் ஒரு ஜடம், அவரைப் பார்த்துக்கொள்ள வேண்டிய அவசியமில்லை, அவருடைய ஆலோசனை அவளுக்குத் தேவை இல்லை. இப்படித்தான் அவள் அப்பாவிடம் நடந்துகொண்டாள். கட்டிலிலிருந்து நாற்காலிக்கு மாற்றுவது, உணவு ஊட்டுவது, மருந்துகொடுப்பது உள்ளிட்ட எல்லா வேலைகளையும் வேலைக்காரர்களும் நர்சுகளும் பார்த்துக்கொள்வார்கள்.

செல்லமாக வளர்ந்த அழகான மகளைச் சொல்லிக் குற்றமில்லை. சிறு வயதிலிருந்தே செயலிழந்த ஒரு பொருள் நாற்காலியில் வைக்கப்பட்டிருக்கிறது என்ற எண்ணத்தில்தான் அவள் வளர்ந்தாள். அவளைக் குறைசொல்ல அவரால் முடியாது. அதே சமயம் மகள்மீதுள்ள பாசம் அவருக்கு அவளுடைய அன்பையும் அரவணைப்பையும் பெற்றுத் தரவில்லை.

ஒவ்வொரு நாளும் மாலைநேரம் அவருடைய மனைவி வெளியே சென்றதற்குப் பிறகு மகளும் வெளியே செல்ல ஆரம்பித்தாள். ஏன்? அவளுக்கும் காதலன் உண்டா? கூடாது; இது அவளுடைய உரிமை இல்லை. திருமணமாகும்வரை அவள் தன்னைப் பாதுகாக்க வேண்டும். ஒழுக்கத்தையும் மரியாதையையும் பேண வேண்டும். இந்த விஷயத்தில் அவரால் அவளை மன்னிக்கவே முடியாது. அவள் விஷயத்தில் எதற்கும் அவர் தடைபோட்டதில்லை. பிறகு ஏன் அடுத்தவனிடம் செல்கிறாள்? அவள் வீட்டிலிருந்து வெளியே செல்லும் வேளையில் அவளுடைய காலடி ஓசையைக் கேட்கும்போது அவருடைய கண்கள் பிதுங்கும். அது பெரும் வேதனை. உதடுகளுக்கிடையில் செயலிழந்த தழுதழுக்கும் நாவிலிருந்து சத்தம் வரும். அடிபட்டுச் சாகக்கிடக்கும் மிருகத்தைப்போல வித்தியாசமான உறுமல் சத்தம். நாற்காலியில் உள்ள தலையணையின் மேல் பைத்தியம் பிடித்ததைப்போல தலையை அங்குமிங்கும் அசைப்பார். அவருடைய கற்பனையிலிருந்து விடுபட்டு இதயத்தைத் தாக்க வரும் கையைத் தடுப்பதைப்போல தலையை அசைப்பார்.

ஒருநாள்.

இரவு நேரத்தில் வீடு அமைதியாக இருந்தது. மனைவி வெளியே சென்றாள். வேலைக்காரர்கள் உறங்கிவிட்டார்கள். மகள் வெளியே போகவில்லை. ஓர் அந்நிய இளைஞன் வீட்டுக்குள் நடந்துவரும் சத்தத்தை அப்பா கேட்டார். அந்நியர்கள், இளைஞர்கள், பெரியவர்கள் என யார் யார் வருகிறார்களென்று அவரவருடைய காலடி ஓசையை வைத்துக் கண்டுபிடித்துவிடுவார். அதன்பிறகு அவனை வரவேற்கும் அவருடைய மகளின் சத்தம், அவனை அவளுடைய அறைக்கு அழைத்துச்செல்லும்

சத்தம், இருவரும் சிரிக்கும் சத்தம் என இப்படி ஒவ்வொரு சத்தத்தையும் கேட்டார். அந்தச் சத்தங்களுக்குப் பின்னால் அவருடைய கற்பனை சென்றது. மோசமான கற்பனை; உதடுகளுக்கிடையே தழுதழுக்கும் நாவின் உறுமல் சத்தம். இஃப்ரீத் என்னும் ஜின்னைப் பார்த்ததைப்போல கண்கள் பிதுங்குகின்றன. நெஞ்சு கடுமையாக வலிக்கிறது; செயலற்றுப்போன உடலில் இரத்தம் ஓடுவதைப் போன்ற உணர்வு; கோபமான சூடான இரத்தம்; நாற்காலியிலிருந்து எழுந்திருக்க முயல்கிறார். எழுந்துவிட்டார். தடுமாறித் தடுமாறிக் கால்களை நகர்த்துகிறார். நாவிலிருந்து உறுமல் சத்தம் கேட்டுக்கொண்டேயிருக்கிறது; கண்கள் பிதுங்கி நிற்கின்றன; அடுத்த எட்டை எடுத்துவைக்கிறார்; அங்கிருந்த சிறிய மேசையைத் தள்ளிவிட்டார்; அது கீழே விழுந்து பயங்கரமான சத்தம் கேட்டது; நாற்காலியைத் தள்ளிவிட்டார்; அதுவும் கீழே விழுந்து கடுமையான சத்தம்!

திடுக்கிட்டு மகள் வெளியே வந்தாள். சூறாவளியில் சிக்கிச் சின்னாபின்னமானதைப்போல காணப்பட்டது அவருடைய அறை. என்ன ஆச்சு என்று கேட்டாள். பிதுங்கிய கண்களால் அவளைப் பார்த்தார். கண்களால் அவளுடைய கழுத்தை நெருக்குவதைப்போல இருந்தது.

செயலிழந்த தனது உடலுடன் அவள்மீது விழுந்தார். அதிர்ச்சியில் அவள் கீழே விழுந்து கத்தினாள். அவள் மீது அசையாமல் கிடந்தார். பிதுங்கிய கண்கள் அவளுடைய முகத்தைத் தின்கின்றன. அமைதியான அவருடைய நாவில் முணுமுணுப்புச் சத்தம். ஆர்ப்பரிக்கும் அவரது மூச்சு அலைகளின் நுரையைப்போல அவருடைய வாயிலிருந்து எச்சில் வடிகிறது . . . இறந்துவிட்டார்!

அவளுடைய நெஞ்சின் மேலே கிடந்தபடி இறந்துவிட்டார். பிதுங்கிய அவருடைய கண்கள் அவளுடைய முகத்தைத் தின்கின்றன.

●

மதம்

அவனது தோளில் சாய்ந்துகொண்டிருந்தவள் சட்டெனத் தலையை உயர்த்திக் கண்ணீர் மல்க அவனைப் பார்த்துச் சொன்னாள்: "நம்மால் முடியாது"

"இல்லை, நம்மால் முடியும். நம் கல்யாணம் நடக்கும். என் இளமையின்மீதும் உன் இளமையின்மீதும் சத்தியம் செய்து சொல்கிறேன்: நாம் நிச்சயம் கல்யாணம் செய்து கொள்வோம்", எல்லாச் சமூகத்தினருக்கும் சவால்விடும் தொனியில் அவன் அழுத்தமாகச் சொன்னான்.

"மதம் . . .?"

"மதம் ஒரு பிரச்சினையே இல்லை. முஹம்மத் நபியோ ஈசா நபியோ, இல்லை மூசா நபியோ இன்றைக்கு உயிரோடு இருந்திருந்தால் நமது கல்யாணத்துக்கு வாழ்த்துக் கூறியிருப்பார்கள். இறைவன் ஒருவன்தான். கிறிஸ்தவர்களுக்கும் ஒரே இறைவன்தான். முஸ்லிம்களுக்கும் ஒரே இறைவன்தான். நாம் அனைவரும் அவனது படைப்பு; அவனது அடியார்கள். பிரஞ்சு மொழியில், ஆங்கிலத்தில் அல்லது துருக்கி மொழியில் எந்த மொழியில் பிரார்த்தனை செய்தாலும், இறைவன் வேறுபாடு பார்ப்பதில்லை. இன்னும் சொல்லப்போனால், எல்லா மொழிகளையும் படைத்ததே அவன்தான். மனிதர்களைப் பல மதத்தவர்களாக ஆக்கியதும் அவன்தான். அவன் எல்லாரையும் நேசிக்கின்றான். அதுபோல எல்லாரும் எல்லாரையும் நேசிக்கவேண்டும்."

"மதகுருமார்கள் நம்மைப் பிரித்துவிட்டால் . . ." அவள் நடுக்கத்துடன் கேட்டாள்.

அவன் ஆவேசத்தோடு சொன்னான்: "மதகுருமார்களைப் பொறுத்தவரை வருமானம் குறைந்துவிடக்கூடாது என்பதில் கண்ணும் கருத்துமாக இருப்பார்கள். ஆடுமாடு மேய்ப்பவன் ஆடுமாடுகளைப் பார்ப்பதைப் போலவே இவர்கள் நம்மைப் பார்க்கிறார்கள். அவர்களது மந்தையில் உள்ள ஒரு ஆடோ

அல்லது ஒரு மாடோ வேறு மந்தைக்குச் சென்றுவிடக்கூடாது என்று கவனமாக இருப்பார்கள். ஆனால் நானோ நீயோ ஆடு மாடு அல்லவே. நாம் அவர்களுக்கு இதைப் புரியவைக்க வேண்டும். மனிதர்களைக் கால்நடைகளாக மாற்றுவது மதம் இல்லை என்று கண்டிப்பாக அவர்களுக்கு உணர்த்த வேண்டும். மதம் என்பது ஒரு நம்பிக்கை. அந்த நம்பிக்கை உன் இதயத்திலும் இருக்கிறது. என் இதயத்திலும் இருக்கிறது. மதகுருமார்களிடம்தான் அது இல்லை.

"நமக்கும் இறைவனுக்கும் இடையிலுள்ள உறவு உறுதியாக இருக்கட்டும். நமக்கும் மதகுருக்களுக்கும் இடையிலுள்ள உறவு அறுந்துபோகட்டும்."

அவள் அச்சத்துடன், "எனது குடும்பத்தையும் உங்கள் குடும்பத்தையும் நினைத்தால் . . ."

"அவர்கள் பழைய காலத்து ஆட்கள். நாம் வருங்காலத் தலைமுறை. வருங்காலம் பழைய தலைமுறைக்குச் சவால் விடக்கூடிய உறுதியானவர்களையே உருவாக்கும். நீயும் நானும் காதலால் வலிமை பெற்றிருக்கிறோம்."

"ஆனால் வேறு மதத்தைச் சேர்ந்த பையனைக் காதலித்துத் திருமணம் செய்த ஒரு பெண், தான் அதிகமான கஷ்டங்களை அனுபவிப்பதாகவும் இறைவன் தன்னை வேதனைப்படுத்துவதாகவும் சொல்கிறாளே?"

"இருக்கவே இருக்காது. இறைவன் மக்களைத் துன்புறுத்தமாட்டான். அப்படி பார்த்தால் முஸ்லிம் இளைஞர்களைத் திருமணம் செய்த எத்தனையோ முஸ்லிம் பெண்கள் கஷ்டப்படவில்லையா? கிறிஸ்தவ இளைஞர்களைக் கல்யாணம் செய்த எத்தனையோ கிறிஸ்தவப் பெண்கள் சிரமப்படவில்லையா? அடிப்படையில் அவர்களுக்கிடையில் அன்பு பாசம் எதுவும் இல்லை. ஆனால் நம்மிடம் உண்மையான காதல் இருக்கிறது. நாம் கஷ்டப்படமாட்டோம்."

"சரி, இப்போது நாம் என்ன செய்வது?"

"ஓடிப்போய்விடுவோம்."

"எப்போது?"

"நாளைக்கு இதே நேரம். இந்த சமூகத்திற்குச் சவாலாக!!"

மறுநாள் அவன் அவளுக்காகக் காத்திருந்தான் . . . நீண்ட நேரம் காத்திருந்தான் . . .

அவள் வரவேயில்லை . . .

அவளைக் கொலைசெய்தவர்கள் யாரென்று தெரியவில்லை.

●

நினைவுகளின் வீடு

அவளுக்கு முப்பத்தைந்து வயது. பதினைந்து ஆண்டுகாலத் திருமண வாழ்க்கைக்குப் பிறகு இரண்டு வருடங்களுக்கு முன்பு கணவனை இழந்தவள்.

அவனுக்கு வயது நாற்பத்தெட்டு. இருபத்தைந்து ஆண்டுகாலத் திருமண வாழ்க்கைக்குப் பிறகு நான்கு ஆண்டுகளுக்கு முன்பு மனைவியை இழந்தவன்.

அவர்களிருவருமே இரண்டாவது கல்யாணத்தைப் பற்றி யோசித்ததில்லை.

அவள் முதல் கணவனின் நினைவுகளில் வாழ்ந்து கொண்டிருந்தாள்; கணவனை மிகவும் நேசித்தாள். அவளுடைய கணவன் பதினைந்து வருடங்கள் அவளை மிகவும் சந்தோஷமாக வைத்திருந்தான். அந்தப் பதினைந்து ஆண்டுகளில் ஒருநாள்கூட அவள் அவனைச் சந்தேகப்பட்ட தில்லை. எதையும் அவள் பொருட்படுத்தியதில்லை. எப்போதும் அவள் உதடுகளில் புன்னகை தவழும். அவளது உதடுகள் ஒருபோதும் களைப்படைந்ததில்லை. இப்படியே வருடங்கள் ஓடின. திடீரென கணவன் இறந்துவிட்டான். கணவன் போனதற்குப் பிறகு இனி தன்னால் வாழமுடியாது என்றுதான் நினைத்தாள். ஆனால் கணவனின் நினைவில் வாழ்ந்தாள். கணவன் எப்போதும் தன்னுடனேயே இருப்பதாக உணர்ந்தாள். அவளுடைய இதயத்தில், உடலில், வீட்டின் ஒவ்வொரு மூலையிலும் அவன் இருப்பதாக நினைத்தாள். எப்போதும்போல மாலை நேரத்தில் விசாலமான சோபாவில் உட்கார்ந்திருக்கிறான். தலையணையின் மேல் அவனது மூச்சுக்காற்றை அவள் முகர்கிறாள். தனது உடலில் அவனது விரல்களின் தொடுதலை அனுபவித்துக்கொண்டேயிருக்கிறாள். அவனுக்குப் பிடித்த உணவுகளை எப்போதும் வீட்டுச் சமையல்காரரிடம் சமைக்கச் சொல்கிறாள்.

அவன் மனைவியை இழந்தவன்.

மனைவி இன்னும் இறக்கவில்லை; தொலைவில் உள்ள ஒரு ஊருக்குச் சென்றிருக்கிறாள். அவள் தன்னைச் சந்திப்பதற்காகக் காத்திருக்கிறாள் என்ற உணர்வில் அவன் வாழ்ந்துகொண்டிருக்கிறான். அவளைச் சந்திக்க புறப்பட தயாராவதைப்போல் அவன் வாழ்ந்துகொண்டிருக்கிறான். அந்தப் பயணத்திற்காக ஆவலுடன் காத்திருக்கிறான். அந்த நாட்டில் எப்போது மனைவியைச் சந்திப்போம் என்ற ஏக்கத்தில் நாட்களைக் கவலையுடன் எண்ணிக்கொண்டிருக்கிறான். ஏழ்மை நிலையில்தான் அவன் அவளைத் திருமணம் செய்தான். தன்னுடைய மனைவி தனக்காக மிகவும் போராடினாள்; உறுதுணையாக இருந்தாள்; கஷ்டங்களைப் போக்கினாள்.

அவனுக்குத் தைரியம் கொடுத்தாள். அவனுக்காக எல்லாத் துன்பங்களையும் தாங்கிக்கொண்டாள். அவன் வாழ்க்கையில் வெற்றிபெற்று வசதியுள்ளவனாக மாறும்வரை எப்போதும் அவன் பக்கத்திலேயே இருந்தாள். அவள் அவன்மீது காட்டிய அன்பினால்தான் அவனால் நல்ல நிலையை அடைய முடிந்தது.

இப்படித்தான் கணவனை இழந்த அவளும் மனைவியை இழந்த அவனும் வாழ்ந்துகொண்டிருந்தார்கள்.

மக்களின் கவனம் அவர்களின் பக்கம் திரும்பியது. "இவர்களிருவரும் ஏன் திருமணம் செய்யக்கூடாது?" என்று அவர்களில் ஒருவர் கேட்டார். இதே கேள்வியை எல்லாரும் கேட்க ஆரம்பித்தார்கள்: "இவர்களிருவரும் ஏன் திருமணம் செய்யக்கூடாது?"

மக்கள் அவர்கள் விவகாரத்தில் மூக்கை நுழைத்தார்கள். அவர்கள் ஒவ்வொருவரும் தாங்கள் ஏதோ பெரிய சேவை செய்வதாகவும் நல்ல காரியம் செய்வதாகவும் நினைத்துக்கொண்டார்கள்.

ஓர் அழகான இளம்பெண் கணவன் இல்லாமல் வாழ இந்தச் சமூகம் அனுமதிக்காது.

வாழ்க்கையில் வெற்றிபெற்ற ஒருவன் மனைவி இல்லாமல் வாழ இந்தச் சமூகம் சம்மதிக்காது.

எதற்காக?

எதற்காகவுமில்லை; அது சமூகத்தின் சுயநலம். கட்டுப்பாடு என்ற பெயரில் நடக்கும் சமூக மோசடி.

சமுதாயத்தின் இந்தச் சுயநலத்திற்கு அவர்களிருவரும் இணங்கவேண்டியதாயிற்று.

நிச்சயதார்த்தம் முடிந்தது.

இரண்டுபேரும் நேருக்கு நேர் தனியாக உட்கார்ந்திருந்தார்கள்.

அவள் தன் கண்இமைகளைக் கொஞ்சம் உயர்த்தி அவனைப் பார்த்தாள். தன் முதல் கணவனுடன் அவனை ஒப்பிட ஆரம்பித்தாள். இரண்டுபேருக்குமிடையே உள்ள முக்கியமான வித்தியாசங்களைக்

கணக்கிட்டுக்கொண்டிருந்தாள். பொதுவாக ஆண்கள் பார்க்க ஒரேமாதிரிதான் தெரிவார்கள். ஆனால் அவர்களுக்கிடையே பெரிய வேறுபாடுகள் இருக்கும். தோற்றம் முக்கியமல்ல, ஆனால் அவர்களுடைய பண்புகளில் நல்ல வித்தியாசத்தைப் பார்க்க முடியும். அவர்களுடைய பார்வை, பேச்சு, சைகை எல்லாமே வேறுபடும். இப்போது அவளுக்குள் ஒரு கேள்வி: முதல் கணவருடன் வாழ்ந்ததுபோல இவருடன் வாழ முடியுமா? முதல் கணவரின் பெயரை உச்சரித்ததைப்போல இவருடைய பெயரை உச்சரிக்க முடியுமா? முதல் கணவருக்குப் பிடித்த உணவுகள் அவளுக்குப் பிடித்திருந்தது. அதைப்போல இவருக்குப் பிடித்த உணவுகள் அவளுக்குப் பிடிக்குமா? முதல் கணவனின் முத்தங்கள், தொடுதல் அவளுக்குள் கிளர்ச்சியை ஏற்படுத்தின. அதுபோன்ற உணர்வு இவர் மூலம் கிடைக்குமா?

இல்லை, கிடைக்கவே கிடைக்காது.

அவனும் அப்படித்தான் நினைத்தான். இதே கேள்விகளைத்தான் அவனும் தனக்குள் கேட்டான். என் முதல் மனைவி அழகானவள். இவள் என் முதல் மனைவியைவிட அழகாக இருக்கலாம். என்னை ஈர்க்கலாம். ஆனால் முதல் மனைவியுடன் வாழ்ந்த வாழ்க்கையை இவளுடன் வாழ முடியுமா? நான் வீட்டில் இருக்கும்போது அவள் எனக்குப் பக்கத்தில் உட்கார்ந்திருப்பாள். அப்போது ஏற்படும் ஆனந்தம் இவள்மூலம் கிடைக்குமா? 'ஜில்பாப்' நீள அங்கியை அணிந்துகொண்டு அவளுக்கு முன்னால் வரமுடியுமா? என் விரல்களால் சாப்பிட முடியுமா? ஏப்பம் விட முடியுமா? இது முடியுமா? அது முடியுமா? வாழ்க்கையில் ஒவ்வொரு மனிதனுக்கும் சின்னச் சின்ன பழக்கங்கள் இருக்கும். அது மற்றவர்களுக்குப் பிடிக்காமல்கூட போகலாம். அந்தப் பழக்கங்களை இவளுக்கு முன்னால் வெளிப்படுத்த முடியுமா? அவளுடன் அந்நியனைப்போல் வாழும் உணர்வுதான் ஏற்படும். அந்நியர்களைப்போல செயற்கையான, போலித்தனமான வாழ்க்கையைத்தான் வாழ வேண்டியதிருக்கும்.

இருவரும் அமைதியாக இருந்தார்கள். ஒவ்வொருவரும் மற்றவரிட மிருந்து விலகி நிற்பதாக உணர்ந்தார்கள். முதல் திருமணத்தின் நினைவு களில் அவர்கள் இன்னமும் வாழ்ந்துகொண்டிருக்கிறார்கள். அவர்களின் நினைவுகளுக்கும் காதலுக்கும் துரோகம் செய்வதாக நினைத்தார்கள். அந்த அழகான திருமண வாழ்க்கையின் நினைவுகளைப் பலிகொடுக்கத் தயாராகுவதாக உணர்ந்தார்கள். எதற்காக? சமூகத்தை, அடுத்தவர்களைத் திருப்திப்படுத்த ...

மீண்டும் பேசத் தொடங்கினார்கள். தற்செயலாக ஒவ்வொருவரும் தங்கள் முதல் திருமணத்தைப் பற்றிப் பேசினார்கள்.

கடந்த காலத்தில் வாழ்ந்துகொண்டிருக்கும் அவள் தன் உள்ளத்தின் ஆழத்திலிருந்து பேசினாள்: அவர் மென்மையானவர்.. அன்பானவர்.. நல்ல குணம் உடையவர்.. மிகச் சிறந்த கணவர். அவர் இறக்கும்வரை அழகான கனவுலகில் வாழ்வதைப்போல அவருடன் வாழ்ந்தேன்.

அவள் அழ ஆரம்பித்தாள். கண்களிலிருந்து கண்ணீர்த் துளிகள் பொங்கி வழிந்தன. அவளுடைய கணவர் இப்போதுதான் அவளைவிட்டுப் பிரிந்ததைப்போல, இப்போது புதிய கணவருடன் உட்கார்ந்து கொண்டிருப்பதைப்போல அழுதாள்.

அவன் முதல் மனைவியைப்பற்றிச் சொல்ல ஆரம்பித்தான்: அவள் சொர்க்கத்துத் தேவதையைப் போன்றவள். காதலால் என்னை அரவணைத்தவள். ஒரு ஆண் விரும்பும் அனைத்தையும் எனக்குத் தந்தாள். வெற்றி, போராட்டக்குணம் எல்லாமே அவளால் கிடைத்தவை. அவள் மட்டும் இல்லாமலிருந்திருந்தால் நான் ஒன்றுமே இல்லை. அவள் மட்டும் இல்லாமலிருந்திருந்தால்.

பேச்சைத் தொடர முடியவில்லை.

அழ ஆரம்பித்தான்.

இருவரும் மற்றவரின் கண்ணீரில் உறைந்துபோனார்கள். அவர்கள் ஒவ்வொருவரின் செயல்பாடுகளும் நெருக்கமாக இருப்பதாகப் புரிந்துகொண்டார்கள். அவர்களிருவரும் ஒரே உலகத்தில்; நினைவுகளின் உலகத்தில் வாழ்வதாக உணர்ந்தார்கள். அவர்களைச் சேர்க்கவும் பிரிக்கவும் செய்யும் ஆற்றல் பெற்ற விசாலமான உலகத்தில். அங்கே அவர்களிருவரும் ஒரே உயிராக வாழ்கிறார்கள்; ஆனால் தனித்தனி வீட்டில் வசிக்கிறார்கள்.

அவன் எழுந்து அவளுக்கு விடைகொடுத்தான்.

அவள் நிச்சயதார்த்த மோதிரத்தைக் கழற்றி அவனிடம் கொடுத்தாள். அவள் உதடுகளில் கவலைப் புன்னகை.

அவனும் மோதிரத்தைக் கழற்றினான்.

அவர்களிருவரும் சமூகத்தின் சுயநலத்தைக் கண்டுகொள்ளாமல். மகிழ்ச்சியான தங்கள் வீட்டிற்குத் திரும்பிக்கொண்டிருந்தார்கள்.

நினைவுகளின் வீட்டிற்கு.

●

நம்பிக்கை

அவர்களிருவரும் திருமணம் செய்து கொண்டார்கள்.

சிறந்த தம்பதிகளாக மிகவும் மகிழ்ச்சியுடன் வாழ்க்கை நடத்திக்கொண்டிருந்தார்கள்.

அவர்களின் அன்பு எல்லா மக்களையும் சூழ்ந்து கொண்டது. எல்லாரையும் அவர்கள் நேசித்தார்கள். மற்றவர்களும் அவர்களை நேசித்தார்கள்.

ஒருதடவை கணவர் மனைவிக்குப் பக்கத்தில் அமர்ந்துகொண்டு கனவில் மிதந்தபடி, "இறைவன் புண்ணியத்தில் எனக்குப் பையன் பிறந்தால் அவனுக்கு 'உமர்' என்ற என் தந்தையின் பெயரை வைப்பேன். மகள் பிறந்தால் 'பாத்திமா' என்ற உன் தாயாரின் பெயரை வைப்பேன்" என்று கூறினார்.

"மகன் பிறந்தால் அவன் உங்களைப்போல வர வேண்டும் மகள் பிறந்தால் அவள் என் சகோதரியைப்போல வர வேண்டும்" என்று மனைவி ஆனந்தத்துடன் பெருமூச்சுவிட்டபடி சொன்னார்.

நாட்கள் சென்றன.

பல நாட்கள்.

ஒவ்வொரு நாளும் மனைவிக்குப் பக்கத்தில் உட்கார்ந்துகொண்டு "மகன் பிறந்தால் அவனை எனது பள்ளிக்கூடத்தில், 'இப்ராஹீமிய்யா' பள்ளிக்கூடத்தில் சேர்ப்பேன். மகள் பிறந்தால் அவளை ஜெர்மன் பள்ளிக்கூடத்தில் சேர்ப்பேன். பெண் குழந்தைகளுக்கு அதுதான் நல்ல பள்ளிக்கூடம்" என்று கணவர் கூறுவார்.

மனைவி பதிலுக்கு, "மகன் பிறந்தால் அவனுக்கு ஆறு வயது ஆகும்போது சைக்கிள் வாங்கிக்கொடுப்பேன். மகள் பிறந்தால் அவளுக்குச் சமையல், வீட்டைப் பராமரித்தல் எல்லாவற்றையும் சொல்லிக்கொடுப்பேன். அப்போதுதான் அவள் நல்ல குடும்பப்பெண்ணாக ஆக முடியும்" என்று சொன்னார்.

நாட்கள் சென்றன.

பத்துவருடங்கள் ஓடிவிட்டன.

நண்பர்கள் அவரிடம் "கல்யாணமாகிப் பத்து வருடங்கள் ஆகிவிட்டது. உன்மனைவிமூலம் இன்னும் உனக்குக் குழந்தை பிறக்கவில்லை. கண்டிப்பாக நீ வேறொரு பெண்ணைக் கல்யாணம் பண்ண வேண்டும். நீ ஏன் வேறொரு பெண்ணைக் கல்யாணம்செய்து குழந்தை பெறக் கூடாது" என்று கேட்டார்கள்.

"அவள் என்ன பாவம் செய்தாள்? நான் அவளை நேசிக்கிறேன்" என்று அவர்களுக்குப் பதில் கூறினார்.

ஒரு மாலைநேரம் மொட்டைமாடியில் ஒருவர்மீது ஒருவர் சாய்ந்தபடி உட்கார்ந்திருந்தார்கள். கணவர் வானத்தைப் பார்த்தபடி, "என் மகன் பெரியவன் ஆனதும் அவன் ராணுவ அதிகாரியாக ஆகவேண்டும்" என்று சொன்னார்.

"என் மகள் பெரியவள் ஆனதும் அவள் விரும்பும் பையனுக்கு அவளைக் கல்யாணம் செய்துவைப்பேன்" என்று மனைவி புன்முறுவலுடன் சொன்னார்.

நாட்கள் சென்றன.

நண்பர்களால் அவரை வேறொரு கல்யாணத்திற்குச் சம்மதிக்கவைக்க முடியவில்லை.

பல நாட்கள் சென்றன.

கணவருக்கு இப்போது அறுபது வயது. மனைவிக்கு ஐம்பது வயது.

எப்போதும்போல ஒரு மாலைநேரம் மொட்டைமாடியில் ஒருவர்மீது ஒருவர் சாய்ந்தபடி உட்கார்ந்திருந்தார்கள். கணவர் "என் மகன் பெரியவனானால் அவனும் அவனுடைய மனைவியும் நம்முடன் இருக்க வேண்டும் என்று அவனிடம் கேட்பேன்" என்று கூறினார்.

மனைவி "என் மகள் பெரியவளானால் அவளுக்கும் அவளுடைய கணவருக்கும் மத்தியில் நான் குறுக்கிடமாட்டேன்" என்று சொன்னார்.

வருடங்கள் உருண்டோடின.

ஒருநாள் அவர்களைப் பார்க்க நண்பர்கள் சென்றார்கள். ஒருவர்மீது ஒருவர் சாய்ந்தபடி உட்கார்ந்திருந்தார்கள். கண்கள் மூடியிருந்தன, நிரந்தரமாக . . . அவர்களின் உதடுகளில் நம்பிக்கை படர்ந்திருந்தது.

கணவர் எப்போதும்போல "என் மகன் பெரியவன் ஆனதும் . . ." என்று சொல்வதைப்போல தோன்றியது.

மனைவியும் எப்போதும்போல "என் மகள் பெரியவள் ஆனதும் . . ." என்று சொல்வதைப்போல தோன்றியது.

●